வேற்றுலகவாசியின் டயரிக் குறிப்புகள்

வேற்றுலகவாசியின் டயரிக் குறிப்புகள்

சாரு நிவேதிதா

எழுத்து பிரசுரம்

வேற்றுலகவாசியின் டயரிக் குறிப்புகள்

First Edition: 2016

First Edition by Ezutthu Prachuram: September 2019

(An imprint of Zero Degree Publishing)

ISBN: 978-93-88860-06-2

Title No. EP: 67

Zero Degree Publishing

No. 55(7), R Block, 6th Avenue,
Anna Nagar,
Chennai - 600 040

Website : www.zerodegreepublishing.com

E Mail : zerodegreepublishing@gmail.com

Phone : 98400 65000

Cover Art: Humshini Mohanraj

Layout: Creative Studio

இந்தத் தொகுப்பில் உள்ள கட்டுரைகள் புதிய தலைமுறை வார இதழில் வெளிவந்தவை. எப்போதும் என் செயல்பாடுகளில் உற்ற துணையாக இருக்கும் வாசக வட்ட நண்பர்களுக்கும், டாக்டர் ஸ்ரீராமுக்கும் பிரத்தியேக நன்றி.

1) மின்சாரத்தைக் கண்டுபிடித்தது அகத்தியர்

வணக்கம். இந்தப் புதிய பத்தியில் உங்களைச் சந்திப்பதில் மகிழ்ச்சி அடைகிறேன். பொதுவாக பத்தி எழுத்துக்கும் ஆய்வுக் கட்டுரைக்கும் உள்ள வித்தியாசம், பத்தி எழுத்தில் உள்ள சுவாரசியம். இதில் இந்திய அளவில் பெரிதும் கொண்டாடப்பட்டவர் குஷ்வந்த் சிங். தமிழில் சுஜாதா. எனவே இந்தப் பத்தி சுவாரசியமாக இருக்கும் என்பதை உறுதி அளிக்கிறேன். இது எதைப் பற்றியது என்று கேட்டால், சூரியனுக்குக் கீழுள்ள அத்தனை விஷயங்களும் இதில் வந்து போகும். ஏதாவது ஒரு குறிப்பிட்ட பொருளைப் பற்றி எழுதினால் அது திரும்பவும் ஆய்வுக் கட்டுரை என்ற பிரிவில்தான் வரும். எனவே இசை, சினிமா, புத்தகம், பயணம், விஞ்ஞானம், கடவுள், மனிதர்கள், பிராணிகள், உணவு, மருந்து, மூட நம்பிக்கை, கிசுகிசு, விளையாட்டு என்று எல்லாமும் இங்கே இருக்கும்.

***

சமீபத்தில் நார்வேயில் வசிக்கும் நண்பர் ஒருவருடன் சென்னையில் காரில் பயணம் செய்து கொண்டிருந்த போது சாலையின் குறுக்கே ஒரு மாடு சென்றது. அந்த மாடு சாலையைக் கடக்கும் வரை கூட பொறுமை இல்லாமல் எல்லா வாகனங்களும் கன்னாபின்னா என்று ஹாரனை அடித்ததால் மாடு மிரண்டு போய் சாலையின் போக்கில் ஓட ஆரம்பித்தது. உடனே வாகன ஓட்டிகளும் இன்னும் அதிக அளவில் ஹாரனை அடிக்க, மாடு இப்போது இன்னும் கலவரமாகி தாறுமாறாக ஓடியது. சுமார் நான்கு கிலோ மீட்டர் தூரம் சாலையிலேயே ஓடிய மாடு கடைசியில் சாலையைக் கடந்தது. அவ்வளவு தூரமும் வாகன ஓட்டிகளும் விடாமல் ஹாரனை அடித்துக் கொண்டே இங்கும் அங்கும் கார்களைத் திருப்பிக் கொண்டிருந்தனர். பார்ப்பதற்கு ஏதோ ஒரு பைத்திய உலகம்போல் தோன்றியது.

இந்தச் சம்பவம் எனக்குப் பல கேள்விகளை எழுப்பியது. உலகில்

பெரும்பாலான நாடுகளில் வாகனம் ஓட்டும் போது ஹாரன் அடிப்பதில்லை. அடிக்க வேண்டிய அவசியமும் இருக்காது. ஆனால் நம் ஊரில் மட்டும் ஏன் சிவப்பு விளப்பு எரியும் போது கூட பின்னால் இருக்கும் நபர் விடாமல் ஹாரனை அடிக்கிறார்? நமக்கு அருகில் இருக்கும் இலங்கையில் கூட நீங்கள் ஹாரன் சப்தத்தைக் கேட்க முடியாது. இந்தியாவில் சாலைப் போக்குவரத்து இவ்வளவு மோசமாக இருப்பதற்குக் காரணம், மக்களின் பொறுமையின்மை. மாடு சாலையைக் கடக்கும் வரை ஹாரன் அடிக்காமல் இருக்க முடியவில்லை. இந்தப் பொறுமையின்மைக்குக் காரணம், மன அழுத்தம். நம் நாட்டில் இன்று மன அழுத்தம் இல்லாதவர்களையே பார்க்க முடிவதில்லை.

சில ஆண்டுகளுக்கு முன், ரஞ்சன் தாஸ் என்பவரின் மரணம் சாஃப்ட்வேர் துறையில் பணியாற்றுபவர்களுக்குப் பெரும் அதிர்ச்சியை அளித்தது. ரஞ்சன் ஒரு பெரிய பன்னாட்டு நிறுவனத்தின் தலைவராக (சி.இ.ஓ.) இருந்தார். இந்தியாவில் அந்தப் பதவியை வகித்தவர்களிலேயே அவர்தான் இளையவர். வயது 42. குடி, சிகரெட் இல்லை. எல்லா மாரத்தன் ஓட்டங்களிலும் (சென்னையில் கூட) கலந்து கொண்டார். (மும்பை) பாந்த்ராவின் கார்ட்டர் ரோட்டில் அவர் ஓடிக் கொண்டிருப்பதை பலரும் பார்த்திருக்கிறார்கள். இது தவிர தினமும் ஜிம்முக்குப் போவார். மாரடைப்பால் மரணம் அடைந்த அன்று கூட அப்போதுதான் ஜிம்மிலிருந்து வந்திருந்தார். ஆரோக்கியத்தைப் பற்றியே எப்போதும் பேசிக் கொண்டிருப்பார். இப்படிப்பட்டவருக்கு ஏன் மாரடைப்பு வந்தது என்பது இன்று பெரும் விவாதப் பொருளாகி இருக்கிறது. இதற்குப் பலரும் சொல்லும் காரணம், ரஞ்சன் தினமும் நான்கு மணி நேரம்தான் தூங்குவார். ஆனால் ஒரு மனிதனுக்குக் குறைந்த பட்சம் ஏழு மணி நேரம் தூக்கம் தேவை. இந்த விஷயத்தை விலாவாரியாக என்னிடம் விவரித்த நண்பர் இரவில் எட்டு மணி நேரமும் பகலில் இரண்டு மணி நேரமும் தூங்குபவர்! நண்பரின் வாதத்தை என்னால் ஒப்புக் கொள்ள முடியவில்லை. ஏனென்றால், சாதனையாளர்கள் அனைவருமே நான்கு அல்லது ஐந்து மணி நேரம்தான் உறங்குகிறார்கள். உதாரணம், கருணாநிதி, இளையராஜா, மோடி. ஆனால் இப்படிக் குறைந்த அளவு உறங்குபவர்கள் தியானமும் யோகாவும் செய்கிறார்கள். அரை மணி நேர தியானம் இரண்டு மணி நேர ஆழ்ந்த உறக்கத்துக்குச் சமம் என்கிறார்கள். சாஃப்ட்வேர் துறையில் பணியாற்றுபவர்களுக்கு அதிக மன அழுத்தம் ஏற்படுகிறது. ரஞ்சன் தாஸின் மரணத்துக்கும் இதுதான் காரணமாக இருக்க முடியும் என்று தோன்றுகிறது. மன அழுத்தத்தை உடற்பயிற்சிக் கூடத்துக்குப் போவதால் சமன் செய்ய முடியாது. அதைச் செய்யக் கூடியது தியானமும் யோகாவும்தான். நான்கு கிலோ மீட்டர் தூரத்துக்கு

ஹாரனை அடித்துக் கொண்டே மாட்டைக் கலவரப்படுத்தியவர்களும் இந்த மன அழுத்த நோயால்தான் பாதிக்கப்பட்டிருக்கிறார்கள். அந்த நார்வே நண்பர் சொன்னார், எங்கள் நாடாக இருந்தால் மாடு சாலையைக் கடக்கும் வரை கார்களை நிறுத்தியிருப்போம்.

இதோடு தொடர்புடைய இன்னொரு விஷயமும் இருக்கிறது. நமக்கு மிருகங்களையும் பிராணிகளையும் எப்படி நடத்துவது என்றே தெரியவில்லை. தில்லி மிருகக்காட்சி சாலையில் நடந்த மரணம் ஒரு உதாரணம். மதிலுக்கு அப்பால் இருந்தவர்கள் புலியைக் கல்லால் அடிக்காமல் இருந்திருந்தால் அந்த இளைஞர் பிழைத்திருக்கக் கூடும். ஏனென்றால், அது காட்டுப் புலி அல்ல. மிருகக்காட்சி சாலையிலேயே பிறந்து வளர்ந்தது. இரைக்காக மனிதனை அடிப்பது என்ற விஷயமே அதற்குத் தெரியாது.

***

பலரும் சமஸ்கிருதத்தை இறந்துபோன மொழி என்று வாதிடுகின்றனர். நான் அந்த வாதத்திற்குள் செல்ல விரும்பவில்லை. ஆனால் அந்த மொழி நம் இந்தியப் பாரம்பரியத்தின் அற்புதமான பல பொக்கிஷங்களைக் கொண்டிருக்கிறது. அகத்தியர் 4000 ஆண்டுகளுக்கு முன் வாழ்ந்த தமிழ் முனி. தமிழுக்கு இலக்கணம் வகுத்தவர். தமிழ் அளவுக்கு சமஸ்கிருதத்திலும் எழுதியவர். (50 ஆண்டுகளுக்கு முன்பு வரை தமிழ்ப் புலவர் என்றால் அவர் சமஸ்கிருதத்திலும் புலமை வாய்ந்தவராகவே இருந்தார். சமீபத்திய உதாரணம், கரிச்சான் குஞ்சு.) ஆனால் அகத்தியர் எழுதிய தமிழ் நூல்கள் தொலைந்து விட்டன. அவர் சமஸ்கிருதத்தில் எழுதியவைகளில் அகஸ்திய சம்ஹிதா என்ற நூல் மட்டும் கிடைக்கிறது. அதில் அவர் மின்சாரம் தயாரிப்பது எப்படி என்பதை சோதனை முறையின் மூலம் விளக்குகிறார். "ஒரு மண் குடுவையை எடுத்து அதன் உள்ளே தாமிரத் தகடை செலுத்தி சிறிதளவு சிகிக்ரிவத்தை நிரப்ப வேண்டும். பின்னர் அதனுள் ஈரமான மரத்தூள், பாதரசம் மற்றும் துத்தநாகத்தைக் கொண்டு பூசி, இரண்டு கம்பிகளை இணைத்தால் மித்ரவருண சக்தியைப் பெறலாம்."

மின்சாரத்தைத்தான் அகத்தியர் மித்ரவருண சக்தி என்கிறார். இந்த விஷயம் எப்படி வெளிச்சத்துக்கு வந்தது என்றால், 1891ஆம் ஆண்டு புனேவில் கிருஷ்ணாஜி என்பவர் பழைய ஆவணங்களை ஆய்வு செய்த போது அவருக்குக் கிடைத்ததுதான் இந்த சம்ஹிதா. இதைக் குறித்து அவர் பல பண்டிதர்களையும் அணுகிக் கேட்ட போது சிகிக்ரிவம் என்ற வார்த்தைக்கு மயிலின் கழுத்து என்று தெரிந்திருக்கிறது. ஆனாலும் மயிலின் கழுத்தை வைத்துக் கொண்டு எப்படி இந்த சோதனையைச் செய்வது என்று குழம்பி ஒரு பறவை

ஆய்வாளரைக் கேட்டிருக்கிறார். அவர்தான் கிருஷ்ணாஜிக்கு அது மயிலின் கழுத்து அல்ல; மயிலின் கழுத்தைப் போன்ற நிறம் உள்ள பொருள் என்று சொல்லியிருக்கிறார். அப்படியானால் அது காப்பர் சல்ஃபேட். அதன் பிறகு மின்கலம் தயாராகி விட்டது. அதில் 1.38 ஓப்பன் சர்க்யூட் வோல்டேஜ், 23 மில்லி ஆம்பியர் ஷார்ட் சர்க்யூட் மின்சாரம் கிடைத்திருக்கிறது. ஆக, 4000 ஆண்டுகளுக்கு முன்பு ஒரு தமிழன் மின்சாரத்தைக் கண்டுபிடித்திருக்கிறான். ஆனால் நாமோ மின்சாரம் கண்டு பிடித்தது பெஞ்சமின் ஃப்ராங்க்ளின் என்று நம் குழந்தைகளுக்குக் கற்பிக்கிறோம். சமஸ்கிருதத்தை இறந்த மொழி என்கிறோம். இது சரியா என்று யோசிக்க வேண்டும்.

***

சமீபத்தில் என் நண்பர் குமாருடன் கோவைக்கு அருகில் உள்ள டஸ்கர் பள்ளத்தாக்கு சென்றிருந்தேன். பெயரிலேயே யானை இருக்கிறது. அதனால் பஞ்சமில்லாமல் தென்னை மரங்களை அழித்துப் போட்டிருந்தன யானைகள். தப்பு யானைகள் மீது அல்ல. வனத்தில் நீர் இல்லாததால் தாகத்துடன் வெளியே வருகின்றன யானைகள். வனத்தில் ஏன் நீர் இல்லை? மனிதனின் பேராசையே காரணம். மரங்களையும் வனத்தையும் அழிக்கிறோம். அதனால் மழை இல்லை. நடைப் பயிற்சிக்குக் கூட வெளியே செல்ல வேண்டாம் என்று அறிவுறுத்தி இருந்தனர். ஆனாலும் மாலை ஆறு மணிக்கு மேல்தான் யானைகள் இறங்கும் என்று தெரிந்ததால் ஐந்து மணிக்கே நடைப் பயிற்சிக்குக் கிளம்பினோம். பார்த்தால் சாலையின் குறுக்கே ஒரு பெரிய கரடி அமர்ந்திருந்தது. உடனே புதரில் பதுங்கியபடி நண்பருக்கு ஃபோன் செய்து காரை எடுத்துக் கொண்டு வரச் செய்து தப்பினோம்.

பள்ளத்தாக்கு மிகவும் ரம்மியமாக இருந்தது. சுற்றி வர மலைகள். நண்பர் குமார் சமீபத்தில் குடிப் பழக்கத்தை நிறுத்தியவர். ஆனாலும் அடிக்கடி புலம்பிக் கொண்டே இருந்தார். நான் அவரிடம், "எல்லாம் நன்மைக்கே," என்றேன். என்ன இது வேதாந்தம் என்றார் அவர். "வேதாந்தம் இல்லை; குறள். யாதெனின் யாதெனின் நீங்கியான் நோதல் அதனின் அதனின் இலன். இது உங்களுக்காகவே எழுதப்பட்ட குறள். ஒருவன் எதிலிருந்தெல்லாம் நீங்குகிறானோ அதனால் எல்லாம் ஏற்படும் துன்பம் அவனுக்கு இல்லை," என்றேன்.

கோவை நகரில் இரண்டு இடங்களில் சாப்பிட்டேன். ஜூனியர் குப்பண்ணாவில் பள்ளிப்பாளையம் மீன் கறி எண்ணெயே இல்லாமல் ருசி பிரமாதமாக இருந்தது. ஆனால் மீன் குழம்பில் சொதப்பி விட்டார்கள். எக்கச்சக்கமாக தேங்காயைப் போட்டு இட்லி மாவைப் போல் இருந்தது குழம்பு. மீன் குழம்பு என்றால் கொஞ்சம் தண்ணியாக

இருக்க வேண்டும். சிறிய வெங்காயத்தை முழுசாகப் போட்டு தக்காளி, இஞ்சி, பூண்டு எல்லாவற்றையும் மிக்ஸியில் போடாமல் நேரடியாக மண் சட்டியில் போட்டு வதக்கி (பக்கத்திலேயே இருந்து நன்றாகத் தோய்ந்து வரும் அளவுக்கு வதக்க வேண்டும்), அதில் புளிக் கரைசலை ஊற்றி நன்கு கொதித்ததும் marinate செய்து வைத்திருக்கும் மீனைப் போட்டு எடுப்பது ஒரு முறை. இன்னும் இது போல் பலவகை உண்டு. ஆனால் இட்லி மாவைப் போல் இருந்தால் அது தப்பு. மறுநாள் ஹரி பவனில் மீன் குழம்பு சாப்பிட்டேன். நன்றாக இருந்தது. மற்ற ஐட்டங்களும் பிரமாதம்.

கடந்த 25 ஆண்டுகளில் நம் நாட்டின் வழிபாட்டுத் தலங்களில் கூட்டம் அதிகரித்திருக்கிறது. நாஸ்திகவாதம் குறைந்திருக்கிறது. எல்லோரும் பக்திமான்களாகி விட்டார்கள் என்று பொருள். அப்படியானால் குற்றங்கள் குறைந்திருக்க வேண்டுமே? அதுதான் இல்லை. குற்றங்கள் நாம் நினைத்துப் பார்க்க முடியாதபடி அதிகரித்திருக்கின்றன. பாலியல் குற்றங்கள், கொலை கொள்ளைகள் என்று தினசரிகளைப் புரட்டவே அச்சமாக இருக்கிறது. குற்றம் அதிகரிக்க அதிகரிக்க புலனாய்வுப் பத்திரிகைகளும் அதிகரிக்கின்றன. சில தினங்களுக்கு முன்பு ஒரு செய்தி படித்தேன். இரண்டு பெண்கள் தங்கள் சகோதரனைக் கொன்று விட்டார்கள். ஏன்? சகோதரன் திருமணம் செய்து கொள்ளப் போகிறான். திருமணம் செய்து கொண்டால் அவனிடமிருந்து கிடைக்கும் பண உதவி கிடைக்காமல் போய் விடும். எப்பேர்ப்பட்ட மனநிலை பாருங்கள்! இவர்களெல்லாம் கடவுள் நம்பிக்கை இல்லாதவர்களா? இருப்பவர்கள்தான். அதனால்தான் சொன்னேன், பக்தி பெருகப் பெருக குற்றங்களும் பெருகிக் கொண்டிருக்கின்றன. அடிப்படைக் காரணம் என்னவெனில், உயர்ந்த குறிக்கோள்களை பீடத்தில் ஏற்றி வைத்துக் கற்பூரம் ஏற்றிக் கும்பிட்டு விட்டு மக்கள் தங்களின் கீழான வாழ்க்கையை நோக்கிச் செல்கிறார்கள். நாட்டில் ஊழல் பெருகி விட்டது. லஞ்சம் பெருகி விட்டது. டாஸ்மாக் பார்களில் சாமிகளுக்குத் தனி கிளாஸ் வைக்கும் அளவுக்கு சீரழிவை நோக்கிப் படுவேகமாகச் செல்கிறது சமூகம். இதைப் பற்றி நாம் எல்லோருமே கவலைப்படுகிறோம். ஆனால் இந்தச் சமூகம் என்பது யார்? நாம் தானே? சட்டத்துக்குப் புறம்பாக சம்பாதிப்பதைத் திறமை என்று நினைக்கிறோம். வரி கொடுக்காமல் ஏய்ப்பது 'பிஸினஸ்' தந்திரம். பொதுமக்களின் பணத்தைத் திருடி பாக்கெட்டில் போட்டுக் கொண்டால் அதற்குப் பெயர் ஊழல். அதைத் திருட்டு என்றோ, அதைச் செய்தவரை திருடன் என்றோ யாரும் குறிப்பிடுவதில்லை. ஆனால் நம் வீட்டு ஜன்னல் கம்பியை வளைத்து வீட்டில் புகுந்து நகைகளைத் திருடிச் செல்பவன் சந்தேகம் இல்லாமல் திருடன்!

ஜனவரி 1, 2015

2.) திருடனும் மகாத்மாவும்

என் வாழ்க்கைப் பாதையை மாற்றிய இரண்டு புத்தகங்கள் மகாத்மா காந்தியின் *சத்திய சோதனை*, பரமஹம்ச யோகானந்தர் எழுதிய *ஒரு யோகியின் சுயசரிதை*. ஆனால் சாமான்ய மனிதர்களாகிய நாம் மகாத்மாக்களின் நூல்களை வாசிக்கும் போது ஒரு பிரச்சினையை எதிர்கொள்கிறோம். இவர்கள் மகாத்மாக்கள், நாமோ சராசரி. நம்மால் எப்படி மகாத்மாவைப் போல் நடந்து கொள்ள முடியும்? உதாரணமாக, காந்தி பொய்யே சொன்னதில்லை. நம்மால் அப்படி இருக்க முடியுமா? இப்படிக் கேட்டுக் கொண்டு நம் வாழ்க்கையைப் பொய்களால் நிறைத்தபடி நிம்மதியாக ஓட்டுகிறோம். மகாத்மாக்களையும் ஞானிகளையும் வணங்குகிறோமே தவிர அவர்களை நாம் பின்பற்றுவதில்லை.

ஆனால் திருடனாக வாழ்ந்த ஒருவன் தன் வாழ்க்கையைப் பற்றி அப்பட்டமாகச் சொல்லியிருக்கும் ஒரு நூல் எனக்கு மகாத்மாக்களின் போதனைகளை விடவும் நல்ல புத்தியையும் ஞானத்தையும் அளித்தது. ஏனென்றால், அவன் திருடாதே என்று சொல்லவில்லை. திருடியதன் வலியைச் சொல்கிறான். அவனைப் போல் பசியை அனுபவித்த ஒரு மனிதனை நான் கண்டதில்லை; கேட்டதில்லை. பல பக்கங்களில் தான் கிடந்த பட்டினி பற்றி விவரிக்கிறான் திருடன். அதில் ஒரு சம்பவம் இது:

“செங்கோட்டைக்கு வந்து சேர்ந்தோம். பயங்கரமான பசி. டிராக்கில் ஒரு பன் கிடந்தது. அதே டிராக்கில் தூரத்தில் டிரெயின் வந்து கொண்டிருந்தது. அதிலிருந்து மனிதக் கழிவுகள் விழலாம். யோசிக்க நேரமில்லை. பாய்ந்து போய் அந்த பன்னை எடுத்தேன். அடுத்த குதிப்பில் பிளாட்ஃபாமில் ஏறிவிட முயற்சி செய்தேன். முடியவில்லை. என் கதி அவ்வளவுதான். திடீரென்று மேலே இருந்து ஒருவர் என் கையைப் பிடித்துத் தூக்கியெடுத்தார். நிறைய திட்டினார். நான் பன்னைக் காட்டினேன்.”

எழுத்தாளன் என்பதை விடவும் நான் ஒரு வாசகன் என்று சொல்லிக் கொள்வதையே விரும்புகிறேன். அந்த வாசிப்பு அனுபவத்தில் இவ்வளவு சுவாரசியமான, ஒவ்வொரு பக்கமும் மயிர்க் கூச்செறிய வைக்கும் ஒரு புத்தகத்தை வாசித்ததில்லை என்றே சொல்வேன். புத்தகத்தின் பெயர் *திருடன் மணியன் பிள்ளை.* ஒருமுறை மணியன் வெளிநாட்டினர் வசிக்கும் பகுதிக்குத் திருடச் செல்கிறார். ஏணி வைத்து நேராக மாடி அறைக்குள் நுழைந்து அகப்பட்டதை சுருட்டிக் கொண்டு அங்கிருந்து இறங்குகிறார். சமையல் அறை. மீன் சமையல் மணக்கிறது. வெளியே வந்தால் சிங்கம் மாதிரி நாய்கள். இவரைப் பார்த்ததும் கடித்துக் குதறி விடும் போல் நிற்கின்றன. என்ன செய்வதென்று தெரியாமல் மீனை எடுத்துப் போடுகிறார். ஒரு நாய் அதைத் தின்கிறது. உடனே மற்ற நாய்களும் தின்னத் தொடங்க இவர் சுவர் தாண்டி ஓடி வந்து விடுகிறார். பிறகு வேறு ஒரு வழக்கில் சிக்கும் போது கூடவே இந்தத் திருட்டும் வெளியே வருகிறது. வெளிநாட்டுக்காரருக்கு மணியனைப் பார்த்து ஒரே ஆச்சரியம். நாய்களை என்ன செய்தாய்? இவர் ஒன்றுமே செய்யவில்லை என்கிறார். அவர் நம்பவில்லை. அவைகள் தின்பதற்கு ஏதாவது கொடுத்தாயா என்கிறார். ஏனென்றால் உயர்ஜாதி நாய்கள் தங்கள் எஜமானரைத் தவிர வேறு யார் எதைக் கொடுத்தாலும் தின்னாது. "சமையலறையில் இருந்த அயிலை மீனைக் கொடுத்தேன்." இதற்கு அந்த வெளிநாட்டுக்காரர் சொன்னது: "அந்த நாய்கள் சாப்பிட்ட கடைசி ஆகாரமே அதுதான். ரெண்டு வாரமா அதுங்க ரெண்டும் எந்த ஆகாரமும் சாப்பிடாம அப்படியே கிடந்தது. திருட்டு நடந்த மறுநாள் காலையில நான் அந்த நாய்களை நிறையவே திட்டவும் கேலி பண்ணவும் செய்தேன். ரெண்டு வாரமும் எதுவுமே சாப்பிடாம ரெண்டும் செத்துடுச்சி."

தன் எஜமானனுக்கு நம்பிக்கைத் துரோகம் செய்து விட்டதற்காக உண்ணா நோன்பு இருந்து தற்கொலை செய்து கொண்ட நாய்களைப் பற்றிய கதை அது.

வறுமையின் காரணமாகக் குடும்பமே தற்கொலை செய்து கொள்ளும் செய்திகளைப் பார்க்கிறோம் அல்லவா? அப்படி மரணத்தின் விளிம்புக்குத் தள்ளப்பட்ட பல குடும்பங்களின் தற்கொலையைத் தவிர்த்திருக்கிறார் மணியன். "பணம் கிடைக்கும் என்று நினைத்து மகளுக்குத் திருமணம் நிச்சயித்து விட்டேன். அடுத்த வாரம் திருமணம். பணம் வரவில்லை. பையன் வீட்டார் கேட்ட நகையைப் போடவில்லை என்றால் குடும்பத்தோடு தற்கொலை செய்து கொள்வதைத் தவிர வேறு வழியில்லை," என்று சொல்கிறார் ஒருவர். அதற்காக நகையைத் திருடிக் கொடுக்கிறார் மணியன்.

சிறிது காலம் கழித்து கைரேகையால் மாட்டிக் கொள்கிறார். நகைக் கடையில் விற்றதை போலீஸிடம் ஒப்புக்கொள்ளும் அவர் இன்னொரு இடத்தைச் சொல்ல மறுத்து விடுகிறார். போலீஸின் அடியில் எலும்பும் சதையும் கூழாகிப் போயும், "என்னால் ஒரு குடும்பம் தற்கொலை செய்துக் கொள்ளக் கூடாது" என்று உண்மையைச் சொல்ல மறுத்து விடுகிறார் மணியன். பிறகு சிறையிலிருந்து ஊர் திரும்பியதும் அந்தக் குடும்பத்தார் இவரிடம் முகம் கொடுத்துக் கூட பேசவில்லையாம்.

இதேபோல் தற்கொலை செய்யக் கிடந்த இன்னொருவனைக் காப்பாற்றுகிறார் மணியன். பத்து ஆண்டுகள் கழித்து ஒருநாள். மணியன் பிள்ளை சாப்பிட்டு மூன்று நாட்கள் ஆகியிருந்தன. தாகத்தால் தொண்டை வறண்ட நிலையிலும் யாரிடமும் யாசகம் கேட்க முடியாது. அவமானம். அப்போது திடீரென்று அவர் அருகில் ஒரு ஆடம்பரமான கார் வந்து நிற்கிறது. பார்த்தால் பத்து ஆண்டுகளுக்கு முன்பு அவரால் காப்பாற்றப்பட்டவன். உடம்பெல்லாம் நகைகள். "வீட்டிலேயே இரு; வந்து உன்னைப் பார்க்கிறேன்" என்று சொல்லி விட்டுக் காரைக் கிளப்புகிறான்.

இனி மணியன்: "சாயங்காலம் எரியும் வயிற்றுடன் காத்திருந்தேன். ஸ்மால் அடிக்க சிலர் கூப்பிட்டார்கள். போயிருக்க வேண்டும். சாப்பிடுவதற்கு மரச்சீனியும் மீனுமாவது கிடைத்திருக்கும். எரியும் வயிற்றைக் கொஞ்சம் தணித்திருக்கலாம். அந்த நேரத்தில் அவன் வந்து விட்டால்? இரவு மணி ஒன்பதாகியது. பத்தாகியது. எனக்குக் கோபமும் வருத்தமும் சேர்ந்து வந்தது. ஏமாற்றமும். பத்தோ ஐநூறோ தருவான் என்று எதிர்பார்த்து வெட்கமில்லாமல் நான் இப்படி. பதினோரு மணியானதும் ஜங்ஷனில் ஆள் நடமாட்டம் இல்லாமல் ஆனது. தூக்கம் வரவில்லை. நெஞ்சில் பாறாங்கல்லைத் தூக்கி வைத்திருப்பது போலிருந்தது. பசி மட்டுமல்ல காரணம். மீண்டும் அழுதேன். கண்ணீரும் வற்றியிருந்தது. தொண்டை வறண்டது. கிணற்றங்கரைக்குச் சென்று ஒரு தொட்டித் தண்ணீரை இறைத்துக் குடித்தேன்."

மணியன் தன் கதையை இந்துகோபனிடம் சொல்ல அவர்தான் இந்த நூலை மலையாளத்தில் எழுதியிருக்கிறார். தமிழில் மிக அற்புதமாக மொழிபெயர்த்திருப்பவர் குளச்சல் மு.யூசுப்.

***

மனிதனின் கண்டுபிடிப்புகளிலேயே அதி முக்கியமானது மின்சாரம். அதற்குப் பிறகு நடந்த ஒரு புரட்சிகரமான, மனித வாழ்வையே புரட்டிப் போட்டு விட்ட கண்டுபிடிப்பு என்று கணினியைச் சொல்லலாம். கணினிக்குப் பிறகு அதை ஒட்டிப் பல புதுமைகள்

நிகழ்ந்து விட்டன. இப்போது சமீபத்தில் நடந்திருக்கும் ஒரு புதுமை அமேஸான் எக்கோ. பார்ப்பதற்கு ஒரு ஃப்ளாஸ்க் போல் உள்ளது. சுவிட்சுகளோ பட்டன்களோ எதுவும் இல்லை. நாம் என்ன கேள்வி கேட்டாலும் பதில் சொல்கிறது. நாம் என்ன வேலை சொன்னாலும் செய்கிறது. அதற்காக, என் கால் வலிக்கிறது; ஃபுட் மஸாஜ் செய்து விடு என்றால் செய்யாது. (ஒருவேளை அப்படியும் ஒரு கண்டுபிடிப்பு விரைவில் நிகழலாம்; யார் கண்டது?) மற்றபடி காலையில் நான்கு மணிக்கு எழுப்பி விடு என்றால் இனிமையான குரலில் எழுப்பி விடுகிறது. "வேண்டாம்; நிறுத்து" என்றால் நின்று விடுகிறது. அல்லது, "இன்னும் கொஞ்ச நேரம் தூங்கிக் கொள்கிறேன்; ஐந்து மணிக்கு எழுப்பு" என்றால் எழுப்புகிறது. "எனக்கு போர் அடிக்கிறது; மைக்கேல் ஜாக்ஸனின் பாடலைப் பாடு" என்றால் பாடுகிறது. மைக்கேல் ஜாக்ஸன் உங்கள் மனைவிக்குப் பிடிக்கவில்லை. நிறுத்து என்கிறார் தர்மபத்தினி. உடனே பாடலை நிறுத்தி விடுகிறது. இமயமலையின் உயரம் என்ன என்றால் 29,029 அடி என்று சுத்தமாக பதில் சொல்கிறது. பெருக்கல், வகுத்தல், கூட்டல், வீட்டு சலவைக் கணக்கு, மளிகைக் கணக்கு என்று எல்லாவற்றையும் ஞாபகம் வைத்துக் கொள்கிறது. பெருவின் தலைநகர் என்ன? டக்கென்று லீமா என்கிறது. காந்தி உப்பு சத்தியாக்கிரகத்தை எப்போது தொடங்கினார்? தேதியோடு கிழமை முதற்கொண்டு சொல்கிறது. இப்போது மணி என்ன? சொல்கிறது. "மூட் கொஞ்சம் டல்லாக இருக்கிறது; ஏதாவது ஜோக் சொல்லேன்," என்றால் ஜோக் சொல்லி உங்களைச் சிரிக்க வைக்கிறது. தெரியாத வார்த்தைக்கு அர்த்தம், ஸ்பெல்லிங் எல்லாம் சொல்கிறது. உலகம் பூராவும் இந்த சாதனத்தை எடுத்துச் செல்லலாம். விலை வெறும் 12,000 ரூ. விரைவில் நம் மார்க்கெட்டிலும் கிடைக்கும்.

***

தாய்மை – இதை அனுபவிக்காத உயிர்கள் எதுவும் இந்தப் பூவுலகில் இல்லை. ஆனானப்பட்ட பட்டினத்தடிகளே தன் தாயார் இறந்த போது,

முந்தித்தவம் கிடந்து முந்நூறுநாள் சுமந்தே
அந்திபகலாச் சிவனை ஆதரித்துத் தொந்தி
சரியச் சுமந்து பெற்ற தாயார் தமக்கோ
எரியத் தழல் மூட்டுவேன்?

என்று பாடினார். இந்தியாவின் மகத்தான துறவிகளில் ஒருவரான ஆதி சங்கரர் தன் தாயின் மரணச் செய்து கேட்டு ஓடி வந்து அவருக்கு எரியூட்டும் போது பாடிய சம்ஸ்கிருதப் பாடல்கள் அதி அற்புதமானவை. "என் முத்தே, என் மணியே, என் கண்ணே, என் ராசாவே, என்

உயிரே, நீ நீண்ட காலம் வாழ வேண்டும் என்றெல்லாம் கொஞ்சிய உன் வாய்க்கு எப்படியம்மா அரிசி போடுவேன்," என்று உருகுகிறார் சங்கரர். அடுத்த பாடலில், "ஈடு இணையற்ற என் அன்னையே! உன்னைக் காண்பதற்காகத் தாமதமாக வந்து விட்டேன். நீ சாகும் தறுவாயில் இருக்கும் போது உன் வாயில் நீர் கொடுக்கவும் உன் செவிகளில் ராம தாரக மந்திரத்தைச் சொல்லவும் தவறி விட்டேன். என்னை மன்னித்து விடு அன்னையே!" என்று சொல்லிக் கதறுகிறார். உலக பந்தங்களையெல்லாம் உதறி எறிந்த ஞானிகளே இப்படித் தாய்மைக்காக உருகி உருகிப் பாடியிருக்கிறார்கள்.

ஆனால் இந்த விஞ்ஞான யுகத்தில் தாய்மை என்ற வார்த்தைக்கே அர்த்தம் இல்லாமல் போய் விடுமோ என்று அஞ்ச வேண்டியிருக்கிறது. Surrogate mother. இப்போதெல்லாம் மேட்டுக்குடி மற்றும் உயர் நடுத்தர வர்க்கத்துப் பெண்கள் பலரும் வாடகைத் தாய் மூலம் குழந்தைகளைப் 'பெற்றுக் கொள்கிறார்கள்' என்று சொல்வது இலக்கணப்படி தவறு. இதற்கெல்லாம் இன்னும் வார்த்தையே கண்டுபிடிக்கவில்லை. தங்கள் அழகு குலைந்து விடாமல் இருப்பதற்காகவும், பத்து மாத 'சுமை'யைத் தவிர்ப்பதற்காகவும், இன்னும் பல காரணங்களுக்காகவும் வாடகைத் தாயை அமர்த்தி குழந்தை 'வாங்கிக்' கொள்கிறார்கள். இதில் வாடகைத்தாய்க்கு, குழந்தையை வளர்க்கப் போகும் பெற்றோர் யாரெனத் தெரியாது. ஆணின் (தந்தையின்) விந்தணுவை வாங்கி வாடகைத் தாயாக இருக்கச் சம்மதிக்கும் பெண்ணின் கர்ப்பப் பையில் வைத்து விடுவார்கள். அந்தப் பெண் பத்து மாதங்கள் கருவைச் சுமந்து பெற்றுக் கொடுக்கும் குழந்தை 'பெற்றோரிடம்' கொடுக்கப்படும்.

(என் நண்பர் டாக்டர் ஸ்ரீராம் இதை Partial Surrogacy என்று சொன்னார். ஆணின் விந்தணுவையும், வாடகைத்தாயின் கருமுட்டையையும் இணைத்துக் கருவாக உருவாக்கிக் குழந்தை பெறும் முறை.

Full Surrogacy எனப்படுவது ஆணின் விந்தணுவையும் பெண்ணின் கருமுட்டையையும் இணைத்துக் கருவாக உருவாக்கி, அந்தக் கருவை வாடகைத் தாய்க்குச் செலுத்தும் முறை. Full Surrogacyஇல் இன்னும் சில வகைகளும் உள்ளன என்று விளக்க ஆரம்பித்தார் ஸ்ரீராம். இதோ கொஞ்சம் வேலை இருக்கிறது என்று சொல்லி விட்டு ஓடி வந்து விட்டேன்.)

இந்தி சினிமாவின் சூப்பர் ஸ்டாரான ஷாருக் கானின் மூன்றாவது குழந்தை இப்படி ஒரு வாடகைத் தாய் மூலம் பிறந்தது என்ற செய்தி சென்ற ஆண்டு வட இந்தியாவில் பெரும் பரபரப்பை ஏற்படுத்தியது. குழந்தை, ஷாருக்கின் 'ரத்தம்' தான். ஆனால் ஷாருக்கின் மனைவி காவ்ரிக்கு அதில் பங்கில்லை.

சரியோ தப்போ, இந்த வாடகைத் தாய் ஏற்பாட்டால் ஒரு குடும்பத்தில் ஏற்படப் போகும் உளவியல் சிக்கல்களை யாரால் தீர்க்க முடியும்? இந்தி சினிமாவின் சூப்பர் ஸ்டாரின் கருவைத் தன் வயிற்றில் ஏற்று பத்து மாதம் சுமந்து பெற்றுக் கொடுத்து விட்டு, ஆயுள் முழுவதும் அந்தக் குழந்தையின் மீது எந்த உரிமையும் கோர முடியாத அந்தப் பரிதாபகரமான பெண்ணின் வேதனைக்கு யாரால் பதில் சொல்ல முடியும்?

ஜனவரி 8, 2015

3.) எனக்கு யானை வளர்க்க ஆசை!

ஒருநாள் காலை ஏழு மணி அளவில் அபிராமபுரம் வழியாக நாகேஸ்வர ராவ் பூங்காவை நோக்கி நடந்து கொண்டிருந்தேன். அப்போது ஒரு லாஸா ஆப்ஸோ நாய்க்கு ஒரு இளைஞன் பிஸ்கட் கொடுத்து சாப்பிட வைக்க முயற்சி செய்து கொண்டிருந்ததைக் கண்டேன். அந்த நாயின் முதுகில் தோல் வியாதி கண்டிருந்தது. கழுத்தில் காயம் பட்டு ரத்தக் களறியாக இருந்தது. சாலையில் அனாதையாக அலைந்து கொண்டிருந்ததாகச் சொன்னான் இளைஞன்.

லாஸா ஆப்ஸோ மிகவும் விலை உயர்ந்த ரகத்தைச் சேர்ந்த நாய். பணக்காரர்களால்தான் வளர்க்க முடியும். அது எப்படி வெளியே திரிய முடியும்? என்னிடம் எல்லா நாய்களும் ஒட்டிக் கொண்டு விடுவதைப் போல் அந்த நாயும் வாலை ஆட்டிக் கொண்டு வந்தது. குனிந்து பார்த்தேன். காயம் பயங்கரமாக இருந்தது. நாற்றம் குமட்டிக் கொண்டு வந்தது. அப்படியே தரையில் அமர்ந்து அதை என் மடியில் வைத்துக் கொண்டேன். அலைய விட்டால் வாகனங்களில் அடிபட்டு விடும். வீட்டில் வளர்க்கப்பட்ட நாய்களுக்கு சாலை பற்றிய எச்சரிக்கை உணர்வு இருக்காது. அதுவும் தவிர தெரு நாய்களும் கடித்து விடும். இளைஞன் கொடுத்த பிஸ்கட்டை அது முகர்ந்து கூட பார்க்கவில்லை. பிறகு வீட்டிலிருந்து அவன் பால், பன், ராயல் கேனைன் என்று என்னென்னவோ எடுத்து வந்து கொடுத்தான். ம்ஹூம். எதையும் தொடவில்லை. நாய்களின் உணவில் ராயல் கேனைன்தான் விலை மிகவும் அதிகமானது. ஒரு கிலோ 450 ரூ. ஆனால் வீட்டு நாய்கள் எதைச் சாப்பிட்டுப் பழகியிருக்கிறதோ அதை மட்டுமே சாப்பிடும். அப்போது அந்தப் பக்கம் காரில் வந்த ஒரு பெண் காரை நிறுத்தி இறங்கி வந்து விசாரித்தார். அவருமே தரையில் அமர்ந்து என்னிடமிருந்து நாயை வாங்கிக் கொண்டார்.

ப்ளூ கிராஸுக்கு போன் செய்தோம். மூன்று பேரும் ஒரு மணி

நேரம் அங்கேயே காத்திருந்தோம். அதற்கிடையில் அந்தப் பக்கம் வந்த என் நண்பர் ஸ்கூட்டரை நிறுத்தி விசாரித்த போது அதுவரை பொறுமையின்றி அலைந்த நாய் ஸ்கூட்டரில் வெகு சுவாதீனமாகப் போய் ஏறிக் கொண்டது. ஆக, அடிக்கடி ஸ்கூட்டர் பயணம் செய்திருக்கிறது என்று தெரிந்து கொண்டோம். ப்ளூ கிராஸிலிருந்து யாரும் வரவில்லை. அப்போது அங்கே வந்த பக்கத்து வீட்டு நேபாளி கூர்க்கா உடைந்த இந்தியில் சொன்ன விபரம்: முந்தின தினம் இரவில் ஒரு பெண் அந்த நாயைக் கொண்டு வந்து குப்பைத்தொட்டியில் போட்டிருக்கிறார். கூர்க்கா கேட்டதற்கு பதில் எதுவும் சொல்லாமல் போய் விட்டார். கூர்க்காவுக்கு என்ன செய்வதென்று தெரியவில்லை. அருகில் போக பயம். கொஞ்ச நேரத்தில் நாய் பெரும் குரலில் கத்திக் கொண்டு பாய்ந்து குப்பைத்தொட்டியைத் தாண்டி தரையில் குதித்திருக்கிறது. கழுத்திலிருந்து ரத்தம். குப்பைத் தொட்டியில் இருந்த எலிகள் நல்ல தீனி கிடைத்தது என்று நாயைக் குதறியிருக்கின்றன.

எனக்குக் கண்களில் கண்ணீர் வந்து விட்டது. யாராவது இப்படிச் செய்வார்களா? மனம் வருமா? நாம் வளர்க்கும் நாய் நம்முடைய குழந்தை இல்லையா? “குழந்தையையே குப்பைத்தொட்டியில் போடுகிறார்கள். இது என்ன சார் பிரமாதம்?” என்றார் பாரதி. அந்தப் பெண்ணின் பெயர். பிறகு பிரியா என்ற சமூக ஆர்வலரை வரவழைத்து வளர்ப்புப் பிராணிகள் மருத்துவமனைக்குக் கொண்டு சென்றார் பாரதி.

ஜெர்ரியின் வயது மூன்று என்று தெரிந்த போது – அதற்குள் அதற்கு ஜெர்ரி என்று பெயர் வைத்திருந்தார் பாரதி – நான் அதிர்ந்து போனேன். மூன்று ஆண்டுகள் வளர்த்த ஒரு செல்லத்தையா இப்படிக் குப்பைத்தொட்டியில் போடுவார்கள்? நாயை வளர்க்க விருப்பம் இல்லையானால் ஏதாவது பிராணிகள் மருத்துவமனையில் போட்டிருந்தாலாவது அவர்கள் கவனித்துக் கொள்வார்களே? முகநூலில் பாரதி ‘ஜெர்ரி’ என்ற புதிய குழுவை ஆரம்பித்தார். இப்போது ஜெர்ரிக்கு ஏகப்பட்ட ஆதரவாளர்கள். ஆனால் ஜெர்ரியைக் காப்பாற்றுவது மருத்துவருக்கு அவ்வளவு சுலபமாக இல்லை. முதலில் முடி எல்லாவற்றையும் நீக்க வேண்டியிருந்தது. இரண்டு நாட்களுக்கு ஒருமுறை குளியல், மருந்து, ஊசி, இன்ன பிற.

எல்லா செலவையும் பாரதிதான் ஏற்றுக் கொண்டிருக்கிறார். இன்னும் சிறிது நாள் சிகிச்சை கொடுத்தால் ஜெர்ரியை யாராவது வளர்க்கலாம். ஒருநாள் ஜெர்ரியைப் பார்க்கப் போனேன். லாஸா ஆப்ஸோ நாய்களுக்கு முடிதான் அழகு. மிக நீளமாக இருக்கும். ஜெர்ரி முடியை இழந்து பார்ப்பதற்கே பரிதாபமாக இருந்தது.

என்னைப் பார்த்து முறைத்தது. ஏன்? தன்னை வளர்த்தவர்களை இழந்து குப்பைத்தொட்டியில் கடிபட்டு அதன் மனநிலை எப்படி இருந்திருக்கும்? அதுசரி, சாலையில் திரிந்த போது மடியில் உட்கார்ந்து கொண்டதே என்று கேட்டேன் பாரதியிடம். "மருத்துவமனையில் இருந்தால் நாமே அப்படித்தானே சார் இருக்கிறோம்?" என்றார்.

ஒரே நாளில் சொர்க்கத்தையும் நரகத்தையும் நேரில் கண்டேன். நரகம், குப்பைத் தொட்டியில் போட்ட கல்நெஞ்சம். சொர்க்கம், சக உயிரைக் கண்டு உருகிய உள்ளங்கள்.

***

இதை நீங்கள் வாசித்துக் கொண்டிருக்கும் போது சென்னை புத்தக விழா நடந்து கொண்டிருக்கும். அது குறித்து உங்களுக்கு சில ஆலோசனைகள்:

1.) சமையல், ஜோதிடம் சம்பந்தமான புத்தகங்கள், அகராதிகள், பாடப் புத்தகங்கள் போன்றவற்றை புத்தக விழாவில் வாங்காதீர்கள். அவையெல்லாம் உங்கள் வீட்டுக்கு அருகிலேயே புத்தகக் கடையில் கிடைக்கும்.

2.) கிடைப்பதற்கு அரிதான புத்தகங்களையே வாங்குங்கள்.

3.) சென்ற ஆண்டு வாங்கிய புத்தகங்கள் அலமாரியை அலங்கரிப்பதோடு நின்றிருந்தால் – அதாவது, அவற்றை நீங்கள் படிக்காமல் வைத்திருந்தால்– புதிய புத்தகங்களை வாங்கிச் சேர்க்காதீர்கள். புத்தகங்கள் ஊசிப் போவதில்லை என்ற ஒரே காரணத்திற்காக வெறுமனே வாங்கி வாங்கி அடுக்கக் கூடாது.

4.) சமகால நட்சத்திர எழுத்தாளர்களை உங்களுக்கே தெரியும் என்பதால் அவர்களின் பெயர்களை பட்டியலில் சேர்க்கவில்லை. மற்றபடி நீங்கள் படிக்க வேண்டிய எழுத்தாளர்கள்: தி.ஜானகிராமன், எம்.வி.வெங்கட்ராம், கு.ப.ராஜகோபாலன், ஆதவன், இந்திரா பார்த்தசாரதி, அசோகமித்திரன், வண்ணநிலவன், ந.முத்துசாமி, அ.முத்துலிங்கம், ப.சிங்காரம், ஆ.மாதவன், தி.ஜ.ரங்கநாதன். புரிவதற்கு சற்று கடினமான எழுத்தாளர்களான நகுலன் போன்றவர்களை இங்கே சேர்க்கவில்லை.

***

தமிழர்களுக்கு வரலாற்று உணர்வு இல்லை என்பது மீண்டும் மீண்டும் நிரூபணம் ஆகிறது. சமீபத்தில் ஒரு ஆவணப் படப்பிடிப்புக்காக ஆலம்பரா கோட்டைக்குச் சென்றிருந்தேன். கிழக்குக் கடற்கரைச் சாலையில் உள்ள கடப்பாக்கம் அருகில் இடைக்கழிநாடு என்ற

ஊரில் உள்ளது இந்தக் கோட்டை. மூன்று புறமும் கழிமுகம், ஒரு புறம் கடல் என்று இருப்பதால் இடைக்கழி நாடு என்ற பெயர். இந்த ஊரைச் சேர்ந்த ஒரு புலவர் சங்க இலக்கியத்தில் ஒன்றான சிறுபாணாற்றுப்படையில் இடம் பிடித்தவர். இடைக்கழி நாட்டு நல்லூர் நத்தத்தனார் என்பது பெயர். அப்படிச் சொன்னால் புரியாது. நமக்கு சினிமா பெயர் சொன்னால்தான் புரியும் இல்லையா? *பிதாமகனில்* சுடுகாடாகப் பார்த்த இடம்தான் ஆலம்பரா கோட்டை. 17ஆம் நூற்றாண்டின் இறுதியில் முகலாய மன்னர்களால் கட்டப்பட்ட இந்தக் கோட்டையில் கடைசியாக ஆட்சி செய்தவர் நவாப் தோஸ்த் அலி கான். பின்னர் ஃப்ரெஞ்ச் கவர்னர் துய்ப்ளே நவாபுக்கு உதவி செய்ததற்காக, இந்தக் கோட்டையை அவர் துய்ப்ளேவுக்குப் பரிசாகக் கொடுத்தார். ஃப்ரெஞ்சுக்காரர்களுக்கும் ஆங்கிலேயருக்கும் நடந்த போரில் கோட்டையின் பெரும்பகுதி அழிந்து விட்டது. மீதி நம் அரசாங்கத்தின் கவனக் குறைவால் முற்றாக அழிந்து இப்போது வெறும் சுவர்தான் எஞ்சி நிற்கிறது.

மூன்று பக்கமும் காயல், அதை அடுத்து தீவு போன்ற மணல் வெளி, அதற்குப் பின்னால் கடல் என்ற கண்கொள்ளாக் காட்சி தரும் இந்த இடத்தை ஏன் ஒரு சுற்றுலாத் தலமாக மாற்றக் கூடாது என்று தோன்றியது. பக்கத்தில் உள்ள கர்னாடகாவுக்குச் சென்றிருந்த போது ஒரு விளம்பரம் பார்த்தேன். "யானையைக் குளிப்பாட்டி அதற்கு உணவு கொடுக்க விருப்பமா? எங்கள் பாகன்கள் உங்களுக்கு உதவி செய்வார்கள். இப்படி ஒரு சாகசச் செயலை உங்கள் வாழ்விலேயே நினைத்துப் பார்க்க முடியாது." இந்த வாசகங்களுடன் ஒரு வனப்பகுதியில் உள்ள நதியில் பத்துப் பதினைந்து யானைகளை சில ஆட்கள் குளிப்பாட்டிக் கொண்டிருந்தார்கள். உடனே எனக்கும் அந்த சாகசச் செயலை செய்து பார்க்க வேண்டும் என்று தோன்றியது. ஏற்கனவே எனக்கு யானை வளர்க்க வேண்டும் என்று ஆசை. நாயைப் போலவே மனிதனோடு மிகவும் நேசம் காட்டும் ஒரு பிராணி யானை. ஆனால் செலவு கட்டுப்படி ஆகாது என்ற காரணத்தினால்தான் யானைக்குப் பதிலாக நாய் வளர்க்கிறேன். அதனால் உடனடியாக அந்த வனப்பகுதிக்குக் கிளம்பினேன். என்னதான் பாகன் உதவி செய்தாலும் யானைகளைக் குளிப்பாட்டும் போது நம் உயிருக்கு ஏதாவது ஹானி ஏற்பட்டு விட்டால் என்ன செய்வது என்ற கவலை வேறு தொற்றிக் கொண்டது. சுற்றுலா அதிகாரியிடம் என் சந்தேகத்தைக் கேட்டேன். அவர் என்னை ஏற இறங்கப் பார்த்து விட்டு ஏதோ கன்னடத்தில் சொன்னார். வீர மரணத்தை ஏற்றுக் கொள்ளுங்கள் என்கிறாரோ? தைரியத்தை வரவழைத்துக் கொண்டு போனேன்.

என்ன ஒரு காட்சி! ஒரு குட்டை போல் தேங்கிக் கிடந்தது காவிரி!

கரையெல்லாம் ஒரே சேறும் சகதியும். அதில் சோர்வாகப் படுத்துக் கிடந்தது ஒரு யானை. (நம் கோவில் யானையே இதை விட நன்றாக இருக்கும்.) அதன் அருகே ஒரு பெண், குவளையால் தண்ணீரை 'நதியிலிருந்து' மொண்டு யானையின் மீது ஊற்ற, பாகன் வைக்கோல் பிரியால் ஒரு தேய் தேய்த்தார். பெண் இன்னொரு குவளை தண்ணீரை ஊற்றினார். பிறகு யானையின் வாயில் ஒரு வாழைப்பழம் கொடுத்தார். யானை அதை வாங்கித் தின்றது.

அடப் பாவிகளா! இதுதான் உங்கள் சாகசமா? (சுற்றுலா அதிகாரி என்னைப் பார்த்த பார்வைக்கு அப்போதுதான் எனக்கு அர்த்தம் விளங்கியது.) ஆனாலும் ஒரு விதத்தில் இதை கர்னாடக சுற்றுலாத் துறையின் சாகசம் என்றே சொல்ல வேண்டும். ஒரு சாதாரண இடத்தைக் கூட எப்படி சுற்றுலாத் தலமாக்கி விட்டார்கள்! ஆனால் தமிழ்நாட்டில் ஒரு பிரம்மாண்டமான கோட்டை புதர் மண்டிக் கிடக்கிறது. அது மட்டும் அல்ல. எந்த இடத்திலும் கால் வைக்க முடியாதபடி 'கக்கா'. அந்த ஊர்க்காரர்களுக்கு அதுதான் திறந்த வெளி கக்கூஸ்!

அங்கிருந்து கிளம்பும் போது அந்தக் கோட்டையில் வசித்த மனிதர்களைப் பற்றிய யோசனை வந்தது. ஒரு வரலாற்று நாவல் எழுதுவதற்கான களம் அது!

***

பின்குறிப்பு:

ஜெர்ரி இப்போது நலமாக இருக்கிறது. ஜெர்ரிக் குட்டியைக் காப்பாற்றியதில் முக்கியப் பங்கு வகித்தவர் ஸ்ரீராம். அவர் பெயரைக் குறிப்பிடாததற்குக் காரணம், அவருக்கென்று தனிக் கட்டுரை எழுத இருக்கிறேன். அவர் என் ஆசான்களில் ஒருவரான மௌனியின் பேரன். அவருக்கும் அவருடைய வளர்ப்பு நாய் ஸூகிக்கும் இருந்த நெருக்கம் பற்றி எழுத ஆரம்பித்தால் அது தனிக் கதையாகப் போய் விடும். அது பற்றி இன்னொரு சமயம்...

ஜனவரி 15, 2015

4.) பாகிஸ்தானியர்கள் அன்பானவர்கள்

பாகிஸ்தான் என்றால் நம் நினைவுக்கு வருவது அங்கிருந்து இந்தியாவுக்கு அனுப்பப்படும் தீவிரவாதிகள்தான் இல்லையா? ஆனால் அதெல்லாம் அந்த நாட்டின் ராணுவம் மற்றும் தீவிரவாத அரசியல்வாதிகளின் வேலை. மற்றபடி பாகிஸ்தானியர்கள் நம் இந்தியர்களைப் போலவே அன்பானவர்கள்தான். அவர்களின் முக்கியமான பொழுதுபோக்கு இந்திப் படம். பாலிவுட் நடிகர்களுக்கு இந்தியாவைப் போலவே பாகிஸ்தானிலும் ரசிகர்கள் அதிகம். பாகிஸ்தானியர்கள் பலருடைய உறவினர்கள் இன்னமும் இந்தியாவில் இருக்கிறார்கள். அதைப் போலவே பல வட இந்தியர்களுக்கும் பாகிஸ்தானில் உறவினர்கள் உண்டு. கலாச்சார ரீதியாக பாகிஸ்தானுக்கும் வட இந்தியாவுக்கும் பல ஒற்றுமைகள் உள்ளன. இந்தியாவின் பஞ்சாப் மாநிலத்தைப் போலவே பாக்கிலும் பஞ்சாப் மாநிலம் உண்டு. பாகிஸ்தானின் பெரிய மாநிலம் அது. அந்த நாட்டு ஜனத்தொகையின் 56 சதவிகித மக்கள் பஞ்சாபில் தான் வசிக்கிறார்கள். சிந்து நதியின் கிளை நதிகளான செனாப், ஜீலம், ரவி, பியாஸ், சட்லெஜ் ஆகிய ஐந்து நதிகளும் பாய்வதால்தான் பஞ்சாப் என்ற பெயர் வந்தது என்ற விபரத்தை நீங்கள் பாடப் புத்தகங்களில் படித்திருக்கலாம். நம்முடைய பஞ்சாபிலும் பாகிஸ்தானின் பஞ்சாபிலும் ஒரே மொழிதான் பேசப்படுகிறது. பஞ்சாபி. இன்னொரு ஒற்றுமை, இசை. சமீபத்தில் கோக் ஸ்டுடியோ என்ற பெயரில் கோக் நிறுவனம் பாகிஸ்தானில் ஒளிபரப்பிய தொலைக்காட்சி இசை விழாவின் பல பகுதிகளைக் கேட்க நேர்ந்தது. உங்களுக்கு இசை ஆர்வம் இல்லாமல் இருந்தாலும் இந்தப் பாடகர்களைக் கேட்டால் உருகி விடுவீர்கள். பெயர்களையும் பாடல்களையும் குறித்து வைத்துக் கொண்டு நேரம் கிடைக்கும் போது கேளுங்கள். காணொளியில் கேட்டால் இன்னும் நன்றாக இருக்கும்.

அப்பாஸ் அலிகானின் Mujhay Baar Baar (<https://www.youtube.com/watch?v=KaT9lEyqzU0>), ஆரிஃப் லோஹர் – மீஷா ஷஃபி சேர்ந்து

பாடிய Alif Allah (https://www.youtube.com/watch?v=gjaH2iuoYWE), ஃபரீஹா பர்வேஸின் ஜோகி (<https://www.youtube.com/watch?v=6StD5G12vjM>) போன்ற பல பாடல்கள் என்னைக் கவர்ந்தவை. ஃபரீஹா பர்வேஸ் லாஹூரைச் சேர்ந்த புகழ்பெற்ற நடிகை, பாடகி. மீஷா ஷஃபி பாகிஸ்தானின் பிரபல மாடல், நடிகை, பாடகி. இப்போது ஹாலிவுட்டிலும் பிரசித்தம். இளைஞர்களுக்கு விருப்பமான பாடகர் அதிஃப் அஸ்லம். யூட்யூபில் கோக் ஸ்டுடியோ பாகிஸ்தான் என்று போட்டு பல அற்புதமான பாடல்களை நீங்கள் கேட்கலாம். இந்தியாவில் கோக்கும் எம்டிவியும் இணைந்து நடத்தும் இசை நிகழ்ச்சிகள் பாகிஸ்தான் அளவுக்கு நன்றாக இல்லை. விதிவிலக்கு பியூஷ் மிஷ்ரா. நான் பியூஷ் மிஷ்ராவின் தீவிர ரசிகன். குலால் என்ற படத்தில் அவர் பாடிய துனியா என்ற பாடல் அவரது தனித்துவமான குரலுக்கு ஒரு உதாரணம். பியூஷ் மிஷ்ரா பல திறமைகள் கொண்டவர்: பிரமாதமான நடிகர், இசையமைப்பாளர், பாடகர், பாடலாசிரியர், வசனகர்த்தா.

***

அடிக்கடி தண்ணீர் அருந்துவது என் வழக்கம். அதனால் நடைப் பயிற்சிக்குப் போகும் போதும் ஒரு கையில் தண்ணீர் பாட்டிலை எடுத்துக்கொண்டு போவேன். பூங்காவின் சிமெண்ட் பெஞ்சில் பாட்டிலை வைத்து விட்டு ஒரு சுற்று நடந்தேன். அடுத்த சுற்றில் அந்த பெஞ்சின் அருகே நின்று கொண்டிருந்த ஒருவர் சுற்றுமுற்றும் திருதிருவென்று பார்த்துக் கொண்டிருந்தார். கைலி அணிந்திருந்தார். காலில் செருப்பு இல்லை. விளிம்பு நிலை மனிதன். ஆனால் எனக்குத் துளிக்கூட சந்தேகம் வரவில்லை. தண்ணீர் பாட்டிலையா திருட முடியும்? திருடி என்ன செய்ய முடியும்? அடுத்த சுற்று சுற்றிவிட்டு வந்து பார்த்த போது பாட்டிலின் மூடி திறந்திருந்தது. ஆச்சரியத்துடன் எடுத்துப் பார்த்தால் ஒரு சொட்டு தண்ணீர்கூட இல்லை. அடப்பாவி! முதல்நாள் இரவு டாஸ்மாக்கில் அளவு கடந்து குடித்து விட்டார் போல. அப்படிக் குடித்தால் மறுநாள் காலை கடுமையான தாகம் எடுக்கும் என்று குடிமக்கள் சொல்லிக் கேள்விப்பட்டிருக்கிறேன். சரி, பாட்டிலை வைத்து விட்டுப் போனாரே என்று மனதைத் தேற்றிக் கொண்டு அப்போதுதான் பூங்காவினுள் நுழைந்த நண்பர் வரதனிடம் விஷயத்தைச் சொன்னேன்.

வரதன் ஒரு மத்திய அரசு அலுவலகத்தில் பணிபுரிகிறார். அவர் சொன்ன தகவல் இது: அந்த அலுவலகத்தில் சுமார் 500 பேர் பணிபுரிகின்றனர். அவ்வளவு பேருக்கும் தலைமை அதிகாரி ஒருவர் உண்டு. முன்பு தலைமையாக இருந்தவர் மதிய உணவுக்குத் தயிர் சாதம் எடுத்து வந்து விடுவார். அதற்குப் பிறகு வந்தவர்

ஒரு இலக்கியவாதி. அவர் அந்த அலுவலகக் கேண்டீனிலேயே சாப்பிட்டு விடுவார். ஒரு சாப்பாடு விலை 40 ரூ. பிறகு இப்போது ஒரு அதிகாரி வந்திருக்கிறார். அவர் அலுவலக செலவில் நட்சத்திர ஓட்டலிலிருந்து உணவு வரவழைத்துச் சாப்பிடுகிறார். சாப்பாடு 1000 ரூ. சமயங்களில் தில்லியிலிருந்து உயர் அதிகாரிகள் வருவார்கள். அவர்களுக்கும் நட்சத்திர ஓட்டல் சாப்பாடு. எட்டு பேருக்கு 8000 ரூ. இப்படி தில்லி அதிகாரிகள் வந்தால் தயிர் சாத அதிகாரி என்ன செய்வார் என்று கேட்டேன். சரவண பவனிலிருந்து வரவழைத்துக் கொடுப்பார் என்றார் வரதன். இலக்கியவாதியோ அவர்களுக்கும் கேண்டீனிலிருந்துதான் தருவித்துக் கொடுப்பாராம். (அதனாலேயே அவரை சடுதியில் வேறு மாநிலத்துக்கு மாற்றி விட்டார்கள்!) இந்த நட்சத்திர ஓட்டல் உணவுக்கு ஓர்க்கிங் லஞ்ச் என்று பெயராம்!

வரதன் என்னைக் கேட்டார். "தப்பாக நினைத்துக் கொள்ளாதீர்கள் சாரு. இன்னொருத்தர் பாட்டிலிலிருந்து அனுமதி இல்லாமல் தண்ணீர் குடித்தவனைத் திட்டுகிறீர்கள். ("நான் திட்டவில்லையே? ஆச்சரியம்தானே பட்டேன்?" "சரி; ஆச்சரியப்பட்டீர்கள். ஏதோ ஒன்று.") தண்ணீர் குடித்தவன் ஒன்றும் இல்லாத பராரி. ஆனால் ஒன்றரை லட்சம் மாதச் சம்பளம் வாங்கும் ஒரு அரசு அதிகாரி இப்படி எட்டு பேருக்கு லஞ்ச் வரவழைப்பதற்காக 8000 ரூ அரசாங்கத்துக்குச் செலவு வைக்கிறாரே? தினமும் வேறு 1000 ரூ. எல்லாம் யார் வீட்டுப் பணம்? நம் வரிப் பணம்தானே? எவ்வளவு பெரிய திருட்டு இது? இந்தத் திருட்டை எந்த மோடியால் மாற்ற முடியும்? இது மட்டும் அல்ல. எம்.டி.எஸ். (மல்ட்டி டாஸ்க் ஸ்டாஃப்) பணியாட்களை வீட்டுக்கு வரவழைத்து வீட்டு வேலைகளையெல்லாம் ஏவுவதும் இவர் வழக்கம். கடைக்குப் போய் காய்கறி வாங்கி வருவது, பாத்திரம் தேய்ப்பது, சமையலுக்குக் காய் நறுக்கிக் கொடுப்பது, வீட்டில் உள்ள அத்தனை பேரின் ஆடைகளையும் (உள்ளாடைகள் உட்பட) துவைத்துக் காய வைத்து இஸ்திரி போட்டுக் கொடுப்பது எல்லாம் அந்த எம்.டி.எஸ். ஊழியரின் வேலை.

ஒருநாள் அந்த வேலையைச் செய்து கொண்டிருந்த ஊழியர் 15 நாள் விடுப்பில் போய்விட்டார். உடனே மற்றொரு எம்.டி.எஸ். ஊழியர் அதிகாரியின் வீட்டுக்கு அனுப்பப்பட்டார். அவர் 22 வயது இளைஞர். அப்போதுதான் பட்டப்படிப்பு முடித்தவர். அரசு வேலை என்பதால் அந்த எம்.டி.எஸ். பணியில் சேர்ந்திருக்கிறார். அவர் அதிகாரி வீட்டில் உள்ள பெண்களின் உள்ளாடைகளையும் துவைக்க வேண்டி வந்ததால் கடுப்பாகி விட்டார். அவருடைய தந்தை வக்கீல். உடனே விடுப்பு எடுத்துக் கொண்டு ஊருக்குப் போய் தந்தையிடம் சொல்ல, வக்கீல் தில்லியில் உள்ள தலைமை

அதிகாரிகளுக்கு வக்கீல் நோட்டீஸ் அனுப்பி விட்டார். எம்.டி.எஸ். ஊழியர்களுக்கு நிர்ணயிக்கப்பட்டுள்ள வேலைகள் என்னென்ன? அதிகாரி வீட்டுப் பெண்களின் உள்ளாடைகளைத் துவைப்பதா? இத்யாதி, இத்யாதி.

தில்லியிலிருந்து உயர் அதிகாரிகள் விசாரணைக்காக சென்னை அலுவலகம் வந்தார்கள். ஆனால் அவர்கள் வருவதற்கு முன்பாகவே எம்.டி.எஸ். ஊழியர்கள் அனைவரும் எச்சரிக்கப்பட்டார்கள். உண்மையைச் சொன்னால் சீட்டைக் கிழித்து விடுவோம். “ஃபைல்களை அதிகாரியிடம் கொடுக்கவே வீட்டுக்குப் போனோம்” என்றே எல்லோரும் சொல்ல வேண்டும். கபர்தார்.

தில்லி சென்னைக்கு வந்தது. விசாரணை நடத்தியது. எல்லோரும் தலைவர் சொன்னபடியே சொன்னார்கள். வக்கீலின் நோட்டீஸ் இப்படியாக சாட்சி இல்லாததால் குப்பைக் கூடைக்குப் போனது.

இந்த ஊழலை எல்லாம் யாரால் தடுக்க முடியும்? மகாத்மா காந்தி சொன்னார். உலகை மாற்ற விரும்பினாய் என்றால் நீயே அந்த மாற்றமாக இரு. எனவே நாமாக மாறா விட்டால் எத்தனை மகாத்மாக்கள் வந்தாலும் இந்த நாட்டைத் திருத்த முடியாது.

***

சமீபத்தில் ஒரு விழாவில் பேசுவதற்காக அழைக்கப்பட்டிருந்தேன். அது ஒரு ஞாயிற்றுக்கிழமை காலை. ஒன்பதரை மணிக்குக் கூட்டம். நேரம் தவறாமை என்பதைத் தீவிரமாகக் கடைப்பிடிப்பவன் நான். அவதி அவதியாக தோசை போட்டுச் சாப்பிட்டு விட்டு ஓடினேன். சென்ற போது ஒன்பதே கால். ஆயிரம் பேர் அமரக் கூடிய அந்த அரங்கில் அந்தக் காலை நேரத்திலும் ஒரு இருக்கை கூட காலியாக இல்லாமல் வந்திருந்தனர் பார்வையாளர்கள். கூட்டத்தில் பேச அழைக்கப்பட்டிருந்தவர்களில் ஒரு அதிகாரி, ஒரு நடிகர், ஒரு ஆன்மீகவாதி, ஒரு நீதிபதி. நீதிபதியும் ஒன்பதேகாலுக்கே வந்து விட்டார். அதிகாரியும் ஆன்மீகவாதியும் வர பத்தரை ஆகி விட்டது. அதுவரை நாங்கள் காத்திருந்தோம். ஆக, ஒரு மணி நேரம் தாமதமாகத் துவங்கியது கூட்டம். அப்போதும் நடிகர் வரவில்லை. கூட்டத்தின் பிரதான அம்சம், பார்வையாளர்களின் பேச்சு. நாங்கள் பேசி முடித்ததும் பார்வையாளர்களில் தேர்ந்தெடுக்கப்பட்டவர்கள் பேச வேண்டும். நாங்கள் பேசுவதற்கு முதலில் 20 நிமிடம் ஒதுக்கப்பட்டிருந்தது. கூட்டம் தாமதமாக ஆரம்பித்ததால் அது 15 நிமிடமாகக் குறைக்கப்பட்டது. முதலில் பேச ஆரம்பித்தவர் அதிகாரி. அவர் பேசி முடிக்கும் போது மணி 12. பத்தே முக்காலுக்கு ஆரம்பித்து ஒன்னேகால் மணி நேரம் பேசி இருக்கிறார். அப்போதுதான் அரங்கத்தின் உள்ளே நுழைந்தார்

நடிகர். உடனே அவர் பேச அழைக்கப்பட்டார். ஐந்து நிமிடம் வாழ்த்திப் பேசிய நடிகர் தான் படப்பிடிப்பிலிருந்து வந்திருப்பதாகவும் உடனே திரும்ப படப்பிடிப்புக்குச் செல்ல வேண்டியிருப்பதாகவும் தெரிவித்து விட்டுக் கிளம்பி விட்டார். பிறகு ஆன்மீகம் ஒரு அரை மணி நேரம் பேசியது. கடைசியாக நான் பேச எழுந்த போது கிட்டத்தட்ட மணி இரண்டு. பசி மயக்கத்தில் என்னால் பேசவே முடியவில்லை. நேரம் இல்லை என்பதால் பார்வையாளர்கள் பேசவில்லை.

நடிகரை விடுங்கள். இந்த நாட்டில் சினிமாத் துறையில் உள்ள பெருந்தலைகளுக்கு எந்தவிதக் கடமையும் கட்டுப்பாடும் கிடையாது. அவர்களுக்கு நாம் கடவுளுக்கு நிகரான அந்தஸ்தைக் கொடுத்து வைத்திருக்கிறோம். அவர்கள் என்ன வேண்டுமானாலும் செய்யலாம். சராசரி மனிதன் 5000 ரூ. சம்பாதித்தால் நடிகரின் சம்பளம் ஐம்பது கோடி. நூறு கோடி இருநூறு கோடி என்று வரி பாக்கி வைக்கலாம். ஆனால் மற்றவர்கள்? நாட்டை ஆளும் பொறுப்பில் உள்ள, மிக உயர்ந்த பதவியை வகிக்கும் அதிகாரியும், மக்களுக்கு அறத்தை போதிக்க வேண்டிய ஆன்மீகவாதியுமே இப்படி இருந்தால் இந்த நாடு எப்படி உருப்படும்? கணக்குப் போட்டுப் பாருங்கள். ஆயிரம் பேர் ஒரு மணி நேரம் காத்திருந்தோம். அப்படியானால் ஆயிரம் மணி நேரம் இரண்டே நபர்களால் வீண் இல்லையா? மறுநாள் தினசரிகளில் அந்த அதிகாரியும் ஆன்மீகவாதியும் இந்தியாவை முன்னேற்ற நாம் என்ன செய்ய வேண்டும் என்று பேசிய பேச்சு புகைப்படத்துடன் வந்திருந்தது. மகாத்மாவின் மேற்கோளை மீண்டும் ஞாபகப்படுத்துகிறேன். உலகை மாற்ற விரும்பினால் நீயே அந்த மாற்றமாக இரு!

ஜனவரி 22, 2015

5.) இனிய உயிரைக் காக்க கொஞ்சம் கசப்பு உண்டால் என்ன?

சங்கீத மும்மூர்த்திகளில் ஒருவரான தியாகராஜர் சமாதி அடைந்த நாளில் திருவையாறில் ஒவ்வொரு ஆண்டும் நடைபெறும் ஆராதனைத் திருவிழா பற்றி நமக்குத் தெரியும். ஒவ்வொரு ஆண்டும் அதற்குப் போக வேண்டும் என்று நினைத்துக் கொள்வேன். வேலை நெருக்கடியில் முடியாது. இந்த ஆண்டு அங்கே என் நண்பர் ஒருவர் சென்று வந்து செய்திகள் சொன்னார். என் நினைவுகள் நூறு ஆண்டுகள் பின்னே சென்றன.

வெங்கடகிருஷ்ணன் ஸ்ரீராம் ஆங்கிலத்தில் எழுதி தமிழில் பத்மா நாராயணன் மொழிபெயர்த்த ஒரு புத்தகம் 'தேவதாசியும் மகானும்.' தியாகராஜரின் பரம்பரையில் வந்த சீடர்கள் 1900களின் துவக்கத்தில் சின்ன கட்சி, பெரிய கட்சி என்று இரண்டாகப் பிரிந்து தங்கள் குருவுக்கு ஆராதனை செய்ய யாருக்கு உரிமை என்று சண்டையிட்டுக் கொண்டதைப் பற்றி விரிவாகச் சொல்லுகிறது அந்த நூல். அந்தச் சண்டை அப்போது நீதிமன்றம் வரை போயிருக்கிறது. ஆராதனை நடக்கும் நாட்களில் இரண்டு கோஷ்டிக்கும் இடையில் அடிதடியைத் தவிர்க்க போலீஸ் பந்தோபஸ்து போடப்பட்டிருக்கிறது. இந்தச் சண்டையில் நாமெல்லாம் வியந்து போற்றும் அந்நாளைய சங்கீத மேதைகள் பலரும் அடக்கம். இவ்வளவு சண்டையும் சச்சரவும் பெங்களூர் நாகரத்தினம்மாள் என்ற ஒரு தேவதாசிப் பெண்ணின் தன்னலமற்ற தியாகத்தினால் முடிவுக்கு வந்தது. தன்னுடைய சொத்து முழுவதையும் தியாகராஜரின் ஆராதனை செயல்பாடுகளுக்காகவே எழுதி வைத்து, அவருக்கு சமாதி எழுப்பி, ஊர் ஊராய் அலைந்து இரண்டு கோஷ்டிக்கும் சமரசம் செய்து வைத்து தியாகராஜர் ஆராதனை விழா இன்று இந்த அளவுக்குப் பிரபலமாக இருப்பதற்குக் காரணமாக இருந்தவர் அந்த அம்மையார். அவர் காலத்தில் தியாகராஜரின் சமாதி

அருகே பெண்கள் பாடக் கூடாது என்ற தடை இருந்தது. (சமாதியைக் கட்டியவருக்கே அங்கே பாட உரிமையில்லை!) இதேபோல் நாதசுவரக் கலைஞர்களுக்கும் அங்கே இடம் இல்லை. இந்த இரண்டையும் மாற்றப் போராடி அதில் வெற்றி கண்டவரும் இதே நாகரத்தினம்மாள்தான்.

தியாகராஜரின் வாழ்வில் நடந்த ஒரு அற்புதமான விஷயத்தை வெங்கடகிருஷ்ணன் ஸ்ரீராம் தனது நூலில் விளக்குகிறார். தியாகராஜர் இறப்பதற்கு ஆறு தினங்களுக்கு முன்பு ராமர் அவருக்குத் தரிசனம் தந்து அவர் காலம் முடிந்து விட்டது என்று கூறியதை தனது 'கிரிபை' என்ற கிருதியில் பாடியிருக்கிறார் தியாகராஜர். "மலை உச்சியில் ராமன் நிற்பதை மிகத் தெளிவாகக் காண்கிறேன்" என்று துவங்குகிறது அந்த சஹானா ராகக் கிருதி.

அதற்குப் பிறகு சன்னியாசம் ஏற்று, காவிரிக் கரையில் நின்று கொண்டு சீடர்களை அழைத்து மரணத்திற்குப் பின் தனது உடலை எப்படி அடக்கம் செய்ய வேண்டும் என்பதைக் கூறுகிறார். சவக் குழியில் எவ்வளவு உப்பு இட வேண்டும் என்பதைக் கூட சொல்கிறார். அவர் குறிப்பிட்ட அந்த நாளில் சீடர்கள் அவரது கிருதிகளைப் பாடியபடி இருக்க, யோக நிஷ்டையில் ஆழ்ந்து சமாதியடைகிறார் தியாகராஜர். அன்றைய தினம் 1847 ஜனவரி 6ஆம் தேதி. அவரது பேரன் பஞ் சாபகேசய்யா இறுதிச் சடங்குகளைச் செய்கிறார்.

காவேரி நதிக்கரையில் அமர்ந்து கண்ணுக்கெட்டிய தூரம் கரும்பும் நெல் வயல்களும் நம்மைச் சூழ்ந்திருக்க தியாகராஜரின் சங்கீதத்தைக் கேட்பவர்கள் பாக்கியசாலிகள். என் நண்பர் சொல்லிக் கொண்டே போனார். அவர் குறிப்பிட்ட இரண்டு கலைஞர்களைப் பற்றி கூகுளில் தேடிக் கேட்டேன். ஒருவர் விஷாகா ஹரி. வயதில் இளையவராக இருந்தாலும் சங்கீதத்தில் கெட்டி. சங்கீதக் குடும்பத்தைச் சேர்ந்தவர். சகோதரர் சாகேத் ராமனும் பிரபல சங்கீதக் கலைஞர். லால்குடியின் சிஷ்யை. கிருஷ்ணப் பிரேமியின் மருமகள். தியாகராஜரின் கதையை இவர் சொல்லக் கேட்டு கண்ணீர் வடித்ததாக என் நண்பர் சொன்னது சரிதான். விஷாகா ஹரியின் கதாகாலேட்சேபத்தைக் கேட்கும் போது நம் உள்ளம் உருகுகிறது. இருந்தாலும் எனக்கு மிகவும் பிடித்தது துஷ்யந்த் ஸ்ரீதரின் உபந்யாசம். பார்ப்பதற்கு நம் பக்கத்து வீட்டுக் கல்லூரி மாணவனைப் போல் இருக்கிறார். ஆனால், என்ன ஒரு வித்வத், குரல் வளம், கம்பீரம்! சம்ஸ்கிருதம், தமிழ், கன்னடம், ஆங்கிலம் என்ற நான்கு மொழிகளிலும் உபந்யாசம் செய்கிறார். பிட்ஸ் பிலானியில் படிப்பை முடித்து விட்டு டி.சி.எஸ்.ஸில் வேலை பார்த்து விட்டு இப்போது கதாகாலட்சேபம். அற்புதமான உபந்யாசகர்.

***

நம் நாட்டில் இரவில் பெண்கள் இன்னமும் சுதந்திரமாக வெளியே போக முடியவில்லை. தில்லி, மும்பை, கொல்கொத்தா, பெங்களூரு எல்லா ஊர்களும் அப்படியே. வீட்டிலும் பெண்களுக்கான சுதந்திரம் கம்மியே. இருந்தாலும் பெண்ணடிமைத்தனத்தைப் போலவே ஆணடிமைத்தனமும் நடுத்தர வர்க்கத்தில் சரிசமமாகவே இருப்பதைக் காண்கிறேன். சமீபத்தில் என் நண்பரின் குடும்பத்தில் நடந்த ஒரு சம்பவம். இளம் தம்பதி. இரண்டு வயதில் குழந்தை. கணவன் மனைவி இருவரும் வேலைக்குச் செல்பவர்கள். வீட்டில் ஒரு பணிப்பெண். ஒரு கட்டத்தில், தன் மனைவி பணிப்பெண்ணுக்கு அதிக இடம் கொடுப்பதாக என் நண்பருக்குத் தோன்றியிருக்கிறது. அதைச் சொல்லியும் இருக்கிறார். மனைவி கண்டுகொள்ளவில்லை. வீட்டு விஷயங்கள் அத்தனையும் பணிப்பெண்ணுக்கும் அத்துப்படி. நண்பரும் மனைவியும் பேசிக்கொள்ளும் அந்தரங்க விஷயங்கள் உட்பட. ஒருநாள் நண்பரின் வீட்டுக்கு ஒரு இளம்பெண் வருகிறார். அப்போது நண்பரின் மனைவி அலுவலகம் சென்றிருக்கிறார். நண்பர் விண்ணப்பித்து இருந்த வங்கிக் கடன் விஷயமாக விசாரிக்க வந்திருக்கிறார் அந்த இளம் பெண். அவரை எதிர்பார்த்தே நண்பர் அலுவலகம் செல்லாமல் வீட்டில் இருக்கிறார். வங்கி விஷயம் முடிந்ததும் இளம்பெண் கிளம்பி விட்டார். நண்பரும் அலுவலகம் போய் விட்டார். இவ்வளவுக்கும் பணிப்பெண் வீட்டில் இருக்கிறார். மறுநாள் நண்பரின் அலுவலகத்துக்கு மனைவி ஃபோன் செய்கிறார். அவர் கேட்ட முதல் கேள்வி: (ஆங்கிலத்தில்) "யார் அந்தப் பெண்?" நண்பருக்கு விளங்கவில்லை. அலுவலக மீட்டிங் நடந்து கொண்டிருக்கிறது. எந்தப் பெண் என்று அவர் பதற்றத்துடன் கேட்பதை சக ஊழியர்கள் ஆர்வத்துடன் கேட்டுக் கொண்டிருக்கிறார்கள். "நேற்று நான் வீட்டில் இல்லாத போது உங்களை வந்து சந்தித்த பெண்" என்று கடுமையான தொனியில் பதில் வருகிறது. நண்பருக்கு மற்றவர்கள் எதிரில் குரலை உயர்த்த முடியவில்லை. "நான் இப்போது மீட்டிங்கில் இருக்கிறேன். பிறகு அழைக்கிறேனே." கிசுகிசுக்கிறார்.

"சமாளிக்காதீர்கள். யார் அந்தப் பெண் என்று இந்தக் கணமே எனக்குத் தெரிய வேண்டும்." உரத்த குரலில் கேட்கிறார் மனைவி.

நண்பருக்கு வேர்த்து விறுவிறுத்துப் போகிறது. எல்லோருக்கும் எதிரில் எப்பேர்ப்பட்ட அவமானம். "நான்தான் உன்னிடம் ஏற்கனவே சொன்னேனே, வங்கிக் கடன் விஷயமாக வங்கியிலிருந்து வருவார்கள் என்று? அதற்காகத்தானே பர்மிஷன் போட்டு விட்டு வீட்டில் இருந்தேன்?"

என்ன நடந்தது என்று உங்களுக்குப் புரிந்திருக்கும். பணிப்பெண் என் நண்பரைப் பற்றி இல்லாததும் பொல்லாததுமாக அவர் மனைவியிடம்

போட்டுக்கொடுத்து விட்டார். அதைக் கூட அந்தப் பெண் தன் கணவனிடம் தனியாகக் கேட்கவில்லை. பணிப்பெண்ணின் எதிரிலேயே கணவனின் அலுவலகத்துக்கு ஃபோன் செய்து கேட்கிறார். என் நண்பரைக் கேட்டேன். “பணிப்பெண்ணைத் துரத்தி விட்டீர்களா, இல்லையா?” குழந்தையைப் பார்த்துக்கொள்ள ஆள் கிடைக்காததால் அந்தப் பணிப்பெண்ணேதான் இன்னமும் இருக்கிறாராம்.

என் நண்பரின் இடத்தில் உங்களை வைத்துப் பாருங்கள். அப்போது தெரியும் வலி. பல நடுத்தரவர்க்கக் குடும்பங்களில் இப்படித்தான் நடக்கிறது. பெண்களை விமர்சித்துப் பேசுவதா என்று பலரும் இது பற்றி வாய் திறப்பதே இல்லை.

***

சில தினங்களுக்கு முன்பு நிகழ்ந்த ஒரு சராசரி இந்தியரின் மரணம் என்னை வெகுவாக பாதித்தது. ஒரு மகளிர் கல்லூரியில் இளம்கலை, முதுகலை படித்து விட்டு அதே கல்லூரியில் விரிவுரையாளராகவும் சேர்கிறார் ஒரு பெண். வயது 24 இருக்கும். வசிக்கும் இடம், சென்னைப் புறநகரில் ஒரு பகுதி. ஒருநாள் அவருக்கு ஜுரம் என்று கல்லூரியில் விடுப்பு எடுத்திருக்கிறார். மறுநாளும் கல்லூரிக்கு வரவில்லை. அதற்கு மறுநாளும். நான்கு நாட்கள் சென்று அவருடைய மரணச் செய்தி வந்திருக்கிறது. பிரின்ஸிபால் உட்பட கல்லூரிப் பேராசிரியர்கள் அத்தனை பேரும் பெண்ணின் வீட்டுக்குக் கல்லூரி பஸ்ஸில் போய் இறங்கியவுடன் ஒரு பெரிய ஓலம் கேட்டிருக்கிறது. “உங்களையெல்லாம் அவளோட கல்யாணத்துக்கு அல்லவா எதிர்பார்த்தேன்? இப்படி சாவுக்கு வந்திருக்கீங்களே? இது அடுக்குமா?”

தந்தையின் அழுகுரல். அந்த வேதனையையும் துக்கத்தையும் உங்களால் உணர முடியும் என்று நினைக்கிறேன். இன்னும் இரண்டு மாதங்களில் அந்தப் பெண்ணுக்குத் திருமணம் நடக்க இருந்திருக்கிறது.

கல்லூரி விரிவுரையாளர்கள் அந்தப் பெண்ணின் வீடு இருந்த இடத்தைப் பார்த்து பயந்து விட்டார்கள். அந்த அளவுக்கு அந்தப் பகுதியில் முழங்கால் வரை தண்ணீரும் சேறும் சகதியும் இருந்திருக்கிறது. கொசுக்களின் சாம்ராஜ்யத்துக்குக் கேட்கவா வேண்டும்? கணினி யுகம். சந்திரயான். மங்கள்யான். ஆனால் தமிழகம் (இந்தியா?) முழுவதும் இன்னமும் பாதாள சாக்கடை வசதி இல்லை. மழை பெய்தால் சாக்கடையும் தண்ணீரும் கலந்து தேங்கிக் கிடக்கும் இடத்தில்தான் மக்கள் வாழ வேண்டியிருக்கிறது. அந்தப் பெண்ணுக்கு சாதா ஜுரத்துக்கான மருந்து கொடுக்கப்பட்டிருக்கலாம். ஆனால் அது டெங்குவாகவோ லெப்டோஸ்பைரோஸிஸாகவோ (எலியால் வருவது)

இருந்திருக்கலாம். அதை ஆரம்பத்திலேயே சோதித்து மருந்து கொடுத்து விட்டால் எந்தப் பிரச்சினையும் இல்லை. இல்லாவிட்டால் மரணம். நான் கடந்த சில ஆண்டுகளாக ஆயுர்வேதம், சித்தா ஆகியவற்றில் ஆய்வு செய்து வருகிறேன். அந்த வகையில் ஒவ்வொருவரும் வாரம் ஒருமுறை நிலவேம்புக் கஷாயம் குடித்தால் நம் நோய் எதிர்ப்பு சக்தி அதிகரிக்கும். ஆனால் கசக்கிறது என்கிறார்கள். உயிர் என்பது எவ்வளவு இனிமையான விஷயம்? அதைப் பாதுகாத்துக் கொள்ள கொஞ்சம் கசப்பு உண்டால்தான் என்ன?

ஜனவரி 29, 2015

6.) எழுபத்தைந்து பிரம்படி பட்ட எழுத்தாளன்

நம்முடைய பூகோள அறிவு அமெரிக்கா, ஐரோப்பா என்ற இரண்டு கண்டங்களோ – அதிலும் ஒருசில பிரபலமான நாடுகளோடு சுருங்கி விடுகிறது. மிகப் பழமையான பாரம்பரியம் உள்ள நாடுகளைப் பற்றிக் கூட நாம் கவனிப்பதில்லை. கணினி யுகத்தில் இந்த உலகமே உள்ளங்கையில் உள்ள அலைபேசிக்குள் வந்து விட்ட பிறகும் இப்படி இருப்பது சரியில்லை என்பதால் முடிந்த அளவுக்கு நம் கவனத்துக்கு வராத பிரதேசங்கள், அங்கே வாழும் மக்கள், அவர்களின் கலாச்சாரம், இலக்கியம், இசை, உணவு போன்ற விஷயங்களைக் குறித்து படிப்பதையும் கேட்பதையும் என் வழக்கமாக்கிக் கொண்டிருக்கிறேன். அந்த வகையில் தஜீகிஸ்தான் என்ற மத்திய ஆசிய நாடு பற்றி சில ஆய்வுகள் செய்தேன். ஆஃப்கனிஸ்தான், உஸ்பெகிஸ்தான், கிர்கிஸ்தான், சீனா ஆகிய நான்கு நாடுகளுக்கு இடையே சிக்கிக் கொண்டுள்ள தஜீகிஸ்தான் 93 சதவிகிதம் மலைகளால் சூழப்பட்ட நாடு. மக்கள் தொகை வெறும் 80 லட்சம். ஆசியாவின் மிக நீண்ட சாலைகளில் ஒன்றான பாமிர் நெடுஞ்சாலை இங்கேதான் உள்ளது. இந்தியாவைப் போன்ற மிகப் பழமையான வரலாற்றைக் கொண்ட தஜீகிஸ்தான் சோவியத் யூனியனின் வீழ்ச்சிக்குப் பிறகு சுதந்திர நாடாகியது.

இப்படி தஜீகிஸ்தான் பற்றிப் படித்துக் கொண்டிருந்த போதுதான் என் ஜெர்மன் நண்பன் லார்ஸ், சத்ருதீன் அய்னி (Sadriddin Ayni) என்ற தஜீக் எழுத்தாளரை எனக்கு அறிமுகம் செய்தான். சத்ருதீன் அய்னி 1878இல் பிறந்து 1954இல் காலமானார். அவரது 24ஆவது வயதில் தஜீகிஸ்தானை ஆட்சி செய்த அமீர் அப்துல்லாஹ், அய்னியை அரசவைக் கவிஞராக இருக்கும்படி அழைத்தார். ஆனால் அய்னி அதை மறுத்து விட்டு, வசிக்க ஒரு வீடு இல்லாமல் மதறஸாக்களில் படுத்து உறங்கினார். பிறகு ஒரு பள்ளி ஆசிரியராக நவீன கல்விமுறையைப்

புகுத்தினார். அதன் காரணமாக தலைநகரை விட்டு வெளியேறும்படி உத்தரவிடப்பட்டார். 1910ஆம் ஆண்டு - அவரது 32ஆவது வயதில் தலைமறைவாக இருந்து கொண்டே நவீன கல்வித் திட்டங்களை அறிமுகப்படுத்தி தானே கற்பிக்கவும் செய்தார்.

தொடர்ந்து அமீர்களின் கொடுங்கோன்மைகளைப் பற்றி மிக விரிவான புனைகதைகளை எழுதினார் அய்னி. அதனால் அலிம்கானின் போலீஸால் கைது செய்யப்பட்ட அய்னி, அர்க் என்ற ஊரில் சிறையில் அடைக்கப்பட்டார். ஒருநாள் அவருக்கு 75 பிரம்படிகள் கொடுக்கப்பட்டது. ஒரு மனிதன் 75 பிரம்படிகள் வாங்கினால் இறந்து விடுவான். அய்னியும் அந்தப் பிரம்படிகளோடு இறந்திருக்க வேண்டும். ஆனால் அதிர்ஷ்டவசமாக அன்றைய தினம் தஜீகிஸ்தான் தலைநகரம் சோவியத் படைகளிடம் வீழ்ச்சி அடைந்ததால் எல்லா கைதிகளும் விடுவிக்கப்பட்டார்கள். 75 பிரம்படிகளை வாங்கிக் குற்றுயிரும் குலையுயிருமாய்க் கிடந்த அய்னியை சோவியத் வீரர்கள் உடனடியாக மருத்துவமனைக்குக் கொண்டு சென்றதால் அவர் உயிர் காப்பாற்றப்பட்டது. அன்றைய தினம் 1917, ஏப்ரல் 9ஆம் தேதி.

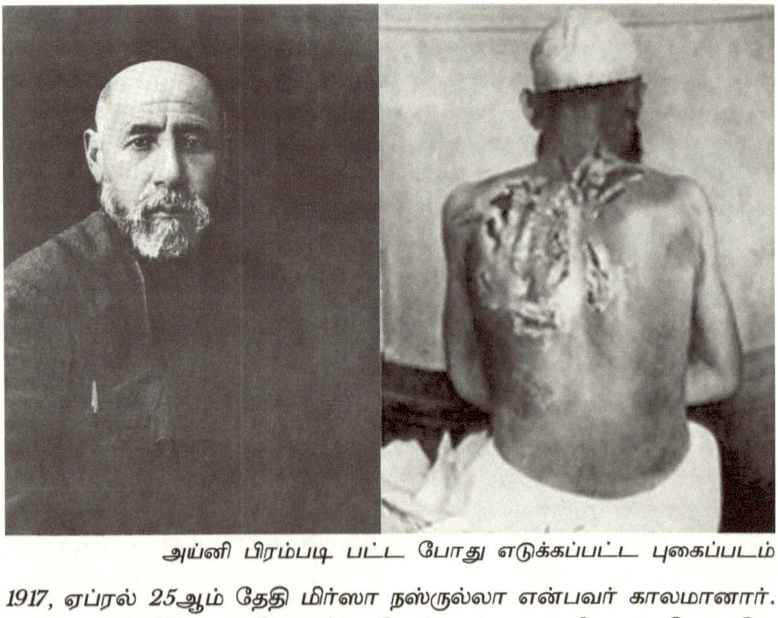

அய்னி பிரம்படி பட்ட போது எடுக்கப்பட்ட புகைப்படம்

1917, ஏப்ரல் 25ஆம் தேதி மிர்ஸா நஸ்ருல்லா என்பவர் காலமானார். அவர் அய்னியோடு சிறையில் இருந்தவர். அய்னியைப் போலவே 75 பிரம்படிகள் வாங்கியவர்.

அதன் பிறகு சோவியத் ஆட்சிக் காலத்தில் தஜீக் மொழிக்கு அய்னி புதிய எழுத்துக்களை உருவாக்கினார். மக்ஸீம் கார்க்கியின் நெருங்கிய நண்பராக இருந்தார். ஆர்.டி.ஓ. விசாரணைக்கு அழைத்ததும், "எழுத்தாளன் இறந்து விட்டான்" என்று பத்திரிகைகளில் அறிக்கை விடும் எழுத்தாளர்கள் மிகுந்த நம் தமிழ்ச் சூழலில் அய்னி போன்ற எழுத்தாளர்களிடமிருந்து கற்றுக் கொள்ள எவ்வளவோ இருக்கிறது.

***

கணவன் மனைவி இருவருமே என் வாசகர்கள். முதலில் வாசகி அந்தச் சம்பவத்தை விவரித்தார். மாலை ஏழு மணி. இருவரும் காரில் விமான நிலையம் செல்கிறார்கள். கத்திப்பாரா மேம்பாலம். அந்த மேம்பாலத்தில் தனியாக ஒரு பெண். ஜீன்ஸ். டீ ஷர்ட். இரண்டு லக்கேஜ். கத்திப்பாரா மேம்பாலத்தில் வாகனங்கள் மட்டுமே செல்லலாம். நடப்பவர்களுக்கு அங்கே பாதை இல்லை. அந்தப் பெண்ணைப் பார்த்து மற்ற வாகனங்கள் எதுவும் நிற்கவில்லை என்பதைத் தம்பதியர் கவனிக்கிறார்கள். நாமும் நிற்க வேண்டாம்; போய் விடலாம் என்கிறார் கணவர். இப்படி சந்தேகாஸ்பதமாக நிற்கும் பெண்களுக்கு லிஃப்ட் கொடுத்தால் பிரச்சினைகள் ஏற்படலாம். காரில் வைத்துத்தான் பெண்கள் பலாத்காரம் செய்யப்படுகிறார்கள் என்றாலும் பெண்களால் ஏற்படும் துர்சம்பவங்களும் உண்டுதானே? லிஃப்ட்தான் கேட்டேன்; தப்பாக நடந்து கொண்டு விட்டார் என்றால் இப்போது இந்தியா இருக்கும் நிலையில் ஏழு ஆண்டு சிறைத் தண்டனை கிடைக்க வாய்ப்பு இருக்கிறதே? சட்டென்று கணவரிடம் சொல்கிறார் மனைவி. "அதுதான் நான் இருக்கிறேன்; குழந்தையும் இருக்கிறாள். ஒன்றும் ஆகாது. பாவம், தனியாக இருக்கிறாள். நிறுத்துங்கள்." அதற்கு மேல் மறுபேச்சு ஏது?

ஜீன்ஸ் பெண் தன் கதையைச் சுருக்கமாக விளக்குகிறாள். ஒரு விமான நிறுவனத்தில் ஏர் ஹோஸ்டஸ் வேலை. இப்போது சிங்கப்பூரில் இருக்கும் தன் பெற்றோரைப் பார்ப்பதற்காகப் போகிறாள். நுங்கம்பாக்கத்தில் ஆட்டோ பிடித்தாள். (இப்போதெல்லாம் விமான நிலையத்தில் ஆட்டோவை அனுமதிப்பதில்லை. சம்பவம் நடந்தது சென்ற ஆண்டு.) விமான நிலையம் செல்ல 500 ரூ. கத்திப்பாரா மேம்பாலம் வந்ததும் 700 ரூ கேட்கிறார் ஆட்டோக்காரர். பெண் முடியாது என்று மறுக்க, ரொம்பப் பேசினால் 800 ரூ கேட்பேன் என்று சொல்ல, அதற்கும் அந்தப் பெண் மறுக்க, அப்படியானால் இறங்கு கீழே என்று சொல்லி அங்கேயே அவளை இறக்கி விட்டு விட்டுப் போய் விட்டார் ஆட்டோக்காரர்.

சம்பவத்தை விளக்கிய வாசகி ஒரு முக்கியமான விஷயத்தைச்

சொன்னார். “அந்தப் பெண் காரின் உள்ளே வந்ததும் எனக்கு வாந்தி வந்து விட்டது. அப்படி ஒரு நாற்றம். அவள் போட்டிருந்த ஸெண்ட்டோடு வியர்வையும் சேர்ந்து தாங்க முடியவில்லை. நீண்ட நேரம் நின்றதால் பதற்றமாகி இருக்கிறாள் போல. அதுதான் அப்படி ஒரு வியர்வை. விமான நிலையம் செல்லும் வரை ரொம்பக் கஷ்டப்பட்டுப் பொறுத்துக் கொண்டேன்.”

இதே சம்பவத்தை வாசகியின் கணவர் என்னிடம் விளக்கினார். அவ்வளவாக ஒன்றும் மாற்றமில்லை. இப்படி லிஃப்ட் கொடுத்து மாட்டிக் கொண்டவர்களின் கதை ஒன்றிரண்டைச் சொன்னார். ஆனால் சம்பவத்தின் கடைசியில்தான் மாற்றம். “நானும் எத்தனையோ பர்ஃப்யூம் பார்த்திருக்கிறேன். ஆனால் அந்தப் பெண் போட்டிருந்த பர்ஃப்யூமின் மணம் மாதிரி நான் பார்த்ததே இல்லை. என்ன மணம்! என்ன மணம்!!”

***

மானிடர்களாகிய நம்மைப் போலவே பிராணிகளுக்கும் காட்டு விலங்குகளுக்கும் இன்னும் பல ஜீவராசிகளுக்கும் இந்தப் பூவுலகில் வாழ உரிமை உண்டு என்று நம்புகிறவர்களில் நானும் ஒருவன். எனவே என் வீட்டுக்குள் ஒரு பூரான் வந்தால் முடிந்த வரை அதை ஒரு குச்சியால் எடுத்து வெளியே போட்டு விடுவதே என் வழக்கம். என்னைப் போலவே இப்படி நம்பும் இன்னொரு எழுத்தாளர் நெதர்லாண்டைச் சேர்ந்த Maarten’t Hart. எழுத்தாளர் என்பதோடு இவர் எலிகளைப் பற்றி ஆராய்ச்சி செய்தவரும் கூட. ஐரோப்பாவின் பிரபலமான எலி நிபுணர் என்று சொல்லலாம். எலிகளைக் கண்டு பீதி அடைவது உலகம் முழுவதும் உள்ளதுதான் என்றாலும் எல்லா எலிகளாலும் லெப்டோஸ்பைரோஸிஸ் என்ற ஆபத்தான நோய் வந்து விடுவதில்லை. லெப்டோவினால் மரணம் நிகழ்வது எப்படியெனில், ஜுரம் வந்தால் அதை வைரஸ், டைஃபாய்ட் என்று நினைத்து அதற்கேற்ற மருந்துகள் கொடுத்துக் கொண்டிருப்பார்கள். லெப்டோ முற்றி நோயாளி இறந்து விடுவார். எனவே என்ன ஜுரம் என்று சோதனை செய்யும் போதே லெப்டோவுக்கான சோதனையையும் சேர்த்து செய்து விடுவது நலம். ஆனால் எல்லா நாய்களாலும் ரேபீஸ் வந்து விடாது என்பதைப் போலவேதான் எல்லா எலிகளாலும் லெப்டோ வந்து விடாது. ஏற்கனவே நோய்வாய்ப்பட்டு சாக்கடையில் கிடக்கும் எலிகளால்தான் லெப்டோ வரும்.

ஐரோப்பிய நாடுகளில் வெள்ளை எலிகளை வீட்டில் வளர்ப்பதைப் பார்த்திருக்கிறேன். குட்டி பொம்மையைப் போல் மிக அழகாக இருக்கும். அதன் மர வீட்டில், அது விளையாடுவதற்கும் அதற்குத் தேவையான

உடற்பயிற்சிக்காகவும் ஒரு குட்டி ராட்டினம் இருக்கும். அதை அந்த எலி சரசரவென்று சுற்றிக் கொண்டிருப்பதைப் பார்க்கக் கொள்ளை அழகு. அதன் வீட்டில் மரத் தூளினால் ஆன மெத்தையும் இருக்கும். கதவைத் திறந்தால் நம் மீதும் ஏறி விளையாடிக் கொண்டிருக்கும். இப்போது இந்தியாவிலும் வெள்ளை எலி வளர்ப்பது வழக்கமாகி இருக்கிறது.

ஐரோப்பாவில் பதினான்காம் நூற்றாண்டில் இரண்டரை கோடி பேர் ப்ளேக் நோயினால் இறந்தார்கள். அந்த ப்ளேக் நோய் எலிகளால்தான் பரவியது என்று மக்கள் அப்போது நம்பினார்கள். ஆனால் அது தவறு என்று பிறகு நிரூபணம் ஆகிவிட்டது. எலிகள் மனித ரத்தத்தைக் குடிக்கும் ட்ராகுலாவுக்கு மிகவும் பிரியமானவை. ட்ராகுலா பற்றி ஏராளமான படங்கள் வந்துள்ளன. அதில் எனக்கு மிகவும் பிடித்தது வெர்னர் ஹெர்ஸாக் என்ற ஜெர்மானிய இயக்குனரின் *Nosferatu*. 1979 இல் வெளிவந்த இந்தப் படத்தில் வரும் ட்ராகுலா, தான் காதலிக்கும் பெண்ணைத் தேடி விஸ்மர் என்ற நகரத்துக்குக் கப்பலில் வரும் போது தன் கூடவே மரணத்தையும் கொண்டு வருகிறான். நகரில் ஆயிரக் கணக்கான எலிகள் பெருகுகின்றன. நகர மாந்தர் அனைவரும் ப்ளேக் நோயினால் சாகின்றனர். நகரமே சவப்பெட்டிகளால் நிரம்புகிறது.

சரி, ஹெர்ஸாக் இந்தக் காட்சிகளை எப்படிப் படமாக்கி இருப்பார்?

Delft என்பது ஹாலந்தில் உள்ள சிறிய நகரம். இந்த நகரத்தில்தான் ஹெர்ஸாக் தன் படத்தின் கடைசிக் காட்சியைப் படமாக்க எண்ணி 13,000 வெள்ளை எலிகளைக் கொண்டு வந்திருக்கிறார். எல்லாம் ஹங்கேரியிலிருந்து வந்தவை. அப்போதுதான் எலி நிபுணரான மார்ட்டன் டி ஹார்ட்டையும் தன்னோடு வைத்துக் கொண்டிருக்கிறார் ஹெர்ஸாக். மூன்று நாள் பயணத்தில் தண்ணீரும் உணவும் இல்லாமல் 5000 எலிகள் செத்து விடுகின்றன. உடனடியாகத் தண்ணீர் கொடுக்காமல் போனால் மீதி எலிகளும் செத்து விடும் என்கிறார் மார்ட்டன். ஆனால் அவ்வளவு தண்ணீர் பாட்டில்கள் அங்கே இல்லை. அதற்குள் பல நூறு எலிகள் ஒன்றை ஒன்று குத்திக் குதறித் தின்ன ஆரம்பித்து விடுகின்றன. மார்ட்டன் ஒரு பேராசிரியர். உடனே தன் மாணவர்களைத் தண்ணீருடன் அழைக்கிறார்.

ஹெர்ஸாக் இன்னொரு பிரச்சினையைச் சொல்கிறார். வெள்ளை எலிகளுக்கும் ட்ராகுலாவுக்கும் சம்பந்தம் இல்லை. அதனால் எலிகளுக்குக் கறுப்பு டை அடிக்கப்படுகிறது. டை அடிக்கும் வைபவத்தில் வேறு பல நூறு எலிகள் செத்து விடுகின்றன.

இதற்கிடையில், "எலிகளை வைத்துப் படம் எடுத்தால் எங்கள் ஊரில் ப்ளேக் வந்து விடும்" என்று அந்த ஊர் முனிசிபாலிட்டி

அதிகாரிகள் தடுக்கிறார்கள். அத்தனை எலிகளும் தடுப்பு ஊசி போடப்பட்டவை என்பதற்கான அத்தாட்சியைக் காண்பிக்கிறார் ஹெர்ஸாக். அதிகாரிகளுக்கு லஞ்சமும் கொடுக்கப்படுகிறது (அங்கேயும்!). இதற்கிடையில் மிருகவதைத் தடுப்புப் போராளிகளின் தொல்லையும் சேர்ந்து விடுகிறது. அதனால் அத்தனை எலிகளோடும் படப்பிடிப்புக் குழு ஹாம்பர்க் என்ற ஊருக்கு இடம் பெயர்கிறது.

கடைசியில் ஹெர்ஸாக் நினைத்தபடியே காட்சி அமைந்து விடுகிறது. இது பற்றிய தனது கட்டுரையில் ஹார்ட் குறிப்பிடுகிறார்: "படப்பிடிப்பு முடிந்ததும் *3500* எலிகள் ஹாம்பர்க் தெருக்களில் காணாமல் போய் விட்டன. அவை காயடிக்கப்பட்ட எலிகள் என்பதால் மற்ற எலிகளைப் போன்ற தந்திரமும் பதுங்கும் தன்மையும் இராது. எனவே அவை அனைத்தும் பூனைகளாலும் நாய்களாலும் தின்னப்பட்டிருக்கும். அல்லது, தண்ணீரும் உணவும் இல்லாமல் செத்திருக்கும்." ம், இதுவே நம் நாடாக இருந்திருந்தால் அத்தனை எலிகளும் பிழைத்திருக்கும் என்று நினைத்துக் கொண்டேன். வந்தாரை வாழ வைக்கும் இந்தியா எலிகளையும் வாழ வைக்காதா?

(கடைசி வரி புரிகிறதா? ஹாலந்தில் நம் ஊரைப் போல் எலிகள் வசிக்கத் தகுந்த திறந்த சாக்கடைகளையும் கழிவுகளையும் உணவுப் பொருட்களையும் சாலைகளில் பார்க்க முடியாது.)

ஃபெப்ருவரி *5, 2015*

7.) இயக்குனர் ஷங்கருக்கு இரக்கமே கிடையாதா?

அன்புக்கும் மதிப்புக்கும் உரிய இயக்குனர் ஷங்கர் அவர்களுக்கு,

பொதுவாக நான் தமிழ் சினிமா பார்ப்பதை விட்டு ஐந்தாறு ஆண்டுகள் ஆகின்றன. காரணம், நான் எதையாவது விமர்சித்து வைக்க, இயக்குனர்கள் என்னைத் தங்களின் ஹிட் லிஸ்டில் சேர்த்து விடுகிறார்கள். ஹிட் லிஸ்ட் என்றால் வேறு ஒன்றும் இல்லை; பொது இடங்களில் பார்த்தால் முகத்தைத் திருப்பிக் கொள்வது; யாராவது அறிமுகப்படுத்தி நான் கை கொடுத்தால் கையை வெடுக்கென்று உதறிக் கொள்வது; இன்னபிற. நானும் கொஞ்சம் யோசித்துப் பார்த்தேன். தமிழ் சினிமாவில் என்ன கலையையா வளர்க்கிறார்கள்? அல்லது, லத்தீன் அமெரிக்க நாடுகளில் நடந்த மாதிரி ஏதாவது சமுதாய மாற்றத்துக்கு சினிமாவைப் பயன்படுத்துகிறார்களா? சரி, வேண்டாம்; சர்வதேச அரங்கிலாவது ஈரானியப் படங்களைப் போல் பரிசுகளை அள்ளிக் கொண்டு வருகிறதா என்றால் அதுவும் இல்லை. தமிழ் சினிமா என்பது பல கோடிகளைப் போட்டு அத்தனையும் திரும்பி வருமா என்று மடியில் நெருப்பைக் கட்டிக் கொண்டு பகடையாடும் ஒரு விபரீத வியாபாரம். நானோ பாரதி என்ற கிறுக்கனை குருவாகக் கொண்டவன். கிறுக்கன்களுக்கு வணிகச் சந்தையில் என்ன வேலை? அதனால்தான் தமிழ் சினிமா பார்ப்பதை நிறுத்தினேன்.

இருந்தாலும் விதி விலக்கு இருக்கிறதே? ஷங்கரையும் வெறுமனே வணிக சினிமா இயக்குனராகச் சொல்லி விட முடியாது. ஏனென்றால், வணிக சினிமா எடுப்பதே இங்கே பெரும் சவாலாக இருக்கிறது. உதாரணமாக, மணி ரத்னத்தை எடுத்துக் கொண்டால் 2000 இலிருந்து இன்று வரை அவர் கொடுத்த வெற்றிப் படங்கள் இரண்டு மட்டுமே. அலைபாயுதே (2000), குரு (2007). மற்ற படங்கள் அனைத்தும்

தோல்வி. வணிகப் படங்கள் எடுப்பதில் முன்னணியில் இருக்கும் கே.எஸ்.ரவிகுமாரின் *லிங்காவுக்கு* நேர்ந்த கதியையும் நாம் அறிவோம். எனவே வணிகப் படங்கள் எடுப்பதே சவாலாக இருக்கும் கற்பனை வறட்சி கொண்ட தமிழ்ச் சூழலில் நீங்கள் குறைந்த செலவில் நல்ல படங்களையும் தயாரித்தீர்கள். அந்த வகையில்தான் உங்களை விதிவிலக்கு என்று சொன்னேன். ஆனால் மற்ற ஜாம்பவான்களைப் போலவே உங்களுடைய வெற்றியின் வரைபடமும் 2005இல் வெளிவந்த *அந்நியனுக்குப்* பிறகு கீழ்நோக்கிச் சறுக்கிக் கொண்டேதான் போகிறது.

மற்ற ஜாம்பவான்களுக்கு நான் கடிதம் எழுதவில்லை. உங்களுக்கு மட்டுமே எழுதுகிறேன். காரணம், *ஜெண்டில்மேனிலிருந்து அந்நியன்* வரை உங்களுடைய படங்களில் ஒரு வசீகரம் இருந்தது. ஷங்கர் படம் என்றால் இரண்டரை மணி நேரம் பிரமாதமான பொழுதுபோக்கு உத்தரவாதம் என்ற நம்பிக்கை இருந்தது. அதனால்தான் *சிவாஜி, எந்திரன்* என்ற கொடுமையான அனுபவத்துக்குப் பிறகும் துணிந்து *ஐ* படத்துக்குச் சென்றேன்.

அந்த அனுபவத்தை என்னவென்று சொல்ல? என்ன ஆயிற்று ஷங்கர் உங்களுக்கு? கதையா அது? எவ்வளவு காலத்துக்குத்தான் பணக்கார ஹீரோயின்கள் குப்பத்துப் பையன்களையே காதலித்துக் கொண்டிருப்பார்கள்? உங்களுக்கெல்லாம் இரக்கமே கிடையாதா? ஒரு படத்திலாவது அந்தப் பெண்கள் ஆங்கிலம் பேசும் பணக்கார இளைஞனைக் காதலிக்கட்டுமே என்ற பெருந்தன்மை வராதா? சரி, போகட்டும். எந்தக் குப்பத்து இளைஞன் பெண்களை மாடம் மாடம் என்று சொல்கிறான்? குப்பத்து இளைஞர்கள் எப்படிப் பேசுவார்கள் என்பதைக் கூடவா உங்கள் உதவியாளர்கள் உங்களுக்குச் சொல்லவில்லை? பிறகு எதற்குத்தான் அவர்களுக்கெல்லாம் சம்பளம் தருகிறீர்கள்? (உதவி இயக்குனராக இருக்கும் என் நண்பன் ஒருவன் சொல்கிறான்: "இயக்குனர் சொல்வதைக் கேட்டுக் கொண்டிருக்க வேண்டும். அதுதான் ஒரு நல்ல உதவியாளனின் வேலை." உண்மையா ஷங்கர்? உண்மையாக இருந்தால் உங்களுக்காக நான் பரிதாபப்படுகிறேன்.)

மற்றபடி *ஐ* படத்தில் நீங்கள் போட்ட பணத்தை எடுத்து விடலாம். விக்ரம் மற்றும் பிரம்மாண்டமான காட்சிகள் என்ற இரண்டே காரணத்துக்காக படத்தை எல்லோரும் பார்க்கிறார்கள். ஆனால் ஹீரோவின் நடிப்புக்காகவும் பாடல் காட்சிகளின் பிரம்மாண்டத்துக்காகவும் மட்டுமே ஒரு படம் ஓடுகிறது என்றால் இயக்குனர் என்ற முறையில் உங்களுக்கு அது தோல்வி இல்லையா?

படத்தின் ஒவ்வொரு காட்சியும் அருவருப்பாக இருக்கிறது.

அருவருப்புக்குக் காரணம், செயற்கைத் தன்மை. உதாரணமாக, எமி பேசும் குப்பத்து பாஷை. கொடுமை கொடுமை என்று தலையில் அடித்துக் கொண்டேன். கடைசி காட்சியில் சந்தானம் ஒவ்வொரு வில்லனிடமாகப் போய் வசனம் பேசும் காட்சி. நீங்கள் என்ன வானொலி நாடகமா போடுகிறீர்கள்?

அதை விடுங்கள்; பெரிய விஷயத்துக்கு வருகிறேன். என்னவென்றால், தமாஷ் என்ற பெயரில் நம் சக மனிதர்களாக வாழும் ஒரு இனத்தையே மிகக் கீழ்த்தரமாக அவமானப்படுத்தி இருக்கிறீர்கள். ஓஜாஸ் ரஜனி என்பவர் இந்தியாவின் புகழ் பெற்ற ஸ்டைலிஸ்ட். ஐஸ்வர்யா ராய் போன்றவர்களின் ஒப்பனைக் கலைஞர். ஐ படத்தில் அவர் ஒரு ஒப்பனைக் கலைஞராக ஓஜாஸ் என்ற பெயரிலேயே வருகிறார். அவரை எமி, “ஒரு நாளைக்கு 50000 ரூபாய் சம்பளம் வாங்குபவர்” என்று சொல்லி விக்ரமிடம் அறிமுகப்படுத்துகிறார். ஓஜாஸ் மேட்டுக்குடியைச் சேர்ந்தவர் என்பதால் படு ஸ்டைலாக ஆங்கிலம் வேறு பேசுகிறார். அப்படிப்பட்ட ஓஜாஸைக் கண்டதும் விக்ரமும் சந்தானமும், “ஊரோரம் புளியமரம்” என்று சொல்லி அவரை சுற்றிச் சுற்றி வந்து கைதட்டிக் கும்மி அடித்துப் பாடுகிறார்கள். ஏனென்றால், ஓஜாஸ் ஒரு திருநங்கை. படத்துக்காக அல்ல; நிஜ வாழ்விலும் அவர் திருநங்கையே.

எதார்த்த வாழ்விலிருந்து நீங்கள் எவ்வளவு தூரம் விலகி விட்டீர்கள் என்பதற்கு அந்த ஒரு காட்சி போதும். சமூகத்தின் மேட்டுக்குடியினரை, அதிலும் ஆங்கிலம் பேசும் ஒருவரைப் பார்த்து குப்பத்து இளைஞன் கேலி செய்து கும்மியடிப்பானா? முடியுமா அது? குப்பத்து மனிதர்களையும் சமூகச் சூழலையும் அந்த அளவுக்கா நீங்கள் புரிந்து வைத்திருக்கிறீர்கள்? (ஓஜாஸ் பேசும் ஆங்கிலத்தைப் பேசினால் போலீஸ் அதிகாரியே சல்யூட் அடிப்பார்! அதுதான் நிலவரம்!) மேலும், அந்தத் திருநங்கையை எமி அறிமுகப்படுத்தி வைத்ததுமே அவர் விக்ரமுக்கு முத்தம் கொடுத்துத் ‘தப்பு’ பண்ண அழைக்கிறார். படம் முழுவதுமே இந்த ஆபாசம் தொடர்கிறது. இது போதாது என்று ஓஜாஸ் தங்கியிருக்கும் அறை எண்: 9. பார்வையாளர்கள் சிரிக்கிறார்கள்.

நாம் எப்படிப்பட்ட சமூகத்தில் வாழ்ந்து கொண்டிருக்கிறோம் ஷங்கர்? சமீபத்தில் நடந்த புத்தக விழாவில் என் நண்பரோடு போய்க் கொண்டிருந்தேன். ஏதோ காணாத ஒன்றைக் கண்டது போல் எல்லோரும் நின்று நின்று என் நண்பரை உற்று உற்றுப் பார்த்தார்கள். காரணம், அவர் சக்கர நாற்காலியில் வந்து கொண்டிருந்தார். ஒருவர் சக்கர நாற்காலியில் வந்தால் அவர் வேடிக்கைப் பொருளா?

இப்படிக் கேட்பதற்காக என்னை மன்னித்து விடுங்கள். நம் குடும்பத்தில்

ஒருவர், நம் பாசத்துக்குரிய ஒருவர் திருநங்கையாகப் பிறந்தால் என்ன செய்வோம்? கழுத்தை நெரித்துக் கொன்று விடுவோமா? அப்படி இருந்தால் இதுபோல் அவர்களை அவமதிக்கும் காட்சிகளை நம் சினிமாவில் வைப்போமா?

நாளிதழ்களைக் கூடவா நீங்கள் படிப்பதில்லை? அவ்வப்போது நடக்கும் LGBT போராட்டம், ஊர்வலம் ஆகியவை பற்றிக் கூட கேள்விப்பட்டதில்லையா? ஆண், பெண் என்ற இருபாலரைப் போல் transgender என்ற திருநங்கைகளும் ஒரு இனமே என்று இப்போது உலகமெங்கும் சட்டம் வந்து விட்டது. இனிமேல் நம் குழந்தைகளின் பள்ளிப்படிவத்தில் பாலினம் என்ற பகுதியில் ஆண், பெண் என்று இருப்பது போல் திருநங்கை என்றும் இருக்கும். கடந்த ஆண்டு ஏப்ரல் மாதமே உச்சநீதிமன்றம் திருநங்கைகளும் ஒரு பாலினம் என்பதை அங்கீகரித்து விட்டது.

மேலும், உங்களிடம் ஒரு மனிதாபிமானமான கேள்வி. திருநங்கைகள் என்ன தவறு செய்தார்கள்? அப்படிப் பிறந்தது அவர்களின் குற்றமா? மிகச் சிறிய வயதிலிருந்து அவர்களை ஒம்போது ஒம்போது என்று சொல்லி அவமதித்துக் கொண்டிருக்கும் ஒரு சமூகத்தில் ஒரு பொறுப்பான சினிமா இயக்குனரும் அப்படிச் சொல்லித்தான் அவமதிக்க வேண்டுமா? *சிவாஜி* படத்திலும் இதேபோல் ஒரு காட்சி வருகிறது. அதிலாவது ஒரு காட்சி. *ஐ*-இல் படம் பூராவும்.

இது குறித்து லிவிங் ஸ்மைல் வித்யா தங்களுக்கு எழுதியிருக்கும் கடிதத்தையாவது படித்தீர்களா? நெஞ்சைப் பதற வைக்கும் அந்தக் கடிதத்தைப் படித்துப் பாருங்கள். அதில் அவர் உங்களைக் கேட்கிறார்: “இப்படத்தில் எந்த மிருகங்களும் துன்புறுத்தப்படவில்லை” என்று போடுகிறீர்களே, திருநங்கைகளாகிய நாங்கள் மிருகங்களை விடக் கேவலமா?

ஆனால் நம் இந்திய வரலாறு திருநங்கைகளை இப்படிப் பார்க்கவில்லை. 1246இலிருந்து 1266 வரை தில்லி சுல்தானாக இருந்த நஸ்ருதீன் மஹ்மூத் தன்னுடைய சட்ட அமைச்சராக இமாதுதீன் ரைஹான் என்பவரை நியமித்தார். ரைஹான் ஒரு திருநங்கை. மாலிக் காஃபூரைப் பற்றி நமக்குத் தெரியும். அலாவுதீன் கில்ஜியின் தளபதி. தென்னிந்தியா முழுவதையும் வெற்றி கொண்டவர். அவரும் ஒரு திருநங்கையே. அப்புறம் நம்முடைய இதிகாசங்களையும் புராணங்களையும் பார்த்தால் திருநங்கைகளைப் பற்றி ஒரு பெரிய புத்தகமே எழுதலாம். பிரஹன்னளை, சிகண்டி என்று ஏராளமாக உள்ளது. ரிக் வேதத்தில் வரும் ஒரே ஒரு சூத்திரத்தைக் கொண்டு முடிக்கிறேன். விக்ருதி ஏவம் ப்ரக்ருதி.

எதெல்லாம் இயற்கைக்கு முரணானவையாகத் தோன்றுகின்றனவோ அவையும் இயற்கையே.

***

கடந்த மாதம் தினசரிகளில் பார்த்திருப்பீர்கள். ஒரே பைக்கில் பயணம் செய்த ஆறு பேரில் நான்கு பேர் பலி. 34 வயதான ஒருவர் தன் மூன்று குழந்தைகளையும், பக்கத்து வீடுகளைச் சேர்ந்த இரண்டு குழந்தைகளையும் சேர்த்து தன் பைக்கில் ஏற்றிக் கொண்டு பள்ளிக்கூடத்திலிருந்து வீடு திரும்பி இருக்கிறார். குழந்தைகளின் வயது 15, 12, 11, 9, 5. இத்தனை பேரின் புத்தக மூட்டைகளும் கூட பைக்கிலேயே பயணம். செய்தியைப் படித்த பலரும் அந்த நபரின் பொறுப்பற்ற தனத்தைப் பற்றிக் கண்டித்துப் பேசி இருப்போம். ஆனால் என் கருத்து என்னவெனில், நாம் அனைவருமே அப்படிப்பட்டவர்கள்தான். ஏனெனில், நூற்றுக்குத் தொண்ணூறு பேர் இரு சக்கர வாகனங்களில் ஹெல்மெட் அணிவதில்லை. அதை விடக் கொடுமை, பின்னால் அமர்ந்திருப்பவர்களும் அணிவதில்லை. அப்படி ஒரு எண்ணமே யாருக்கும் இருப்பதில்லை. ஆனால் பின்னால் அமர்ந்திருப்பவர்களுக்குத்தான் உயிர் ஆபத்து அதிகம். சில மாதங்களுக்கு முன்புகூட ஒரு செய்தி படித்தேன். அந்தப் பெண்ணுக்கு மறுநாள் திருமணம். அதற்கு முதல் நாள் முகத்தை அழகுபடுத்திக் கொள்வதற்காக பியூட்டி பார்லருக்குத் தன் அண்ணனின் ஸ்கூட்டரில் பின்னால் அமர்ந்து சென்றிருக்கிறார். ஸ்கூட்டர் ஒரு கல்லில் பட்டு விழுந்ததில் பெண்ணின் தலையில் அடி. பெண் ஸ்தலத்திலேயே காலி. உடம்பில் ஒரு சிராய்ப்பு இல்லை. அண்ணன் ஹெல்மெட் அணிந்திருந்தார். அடி இல்லை. தங்கை ஹெல்மட் அணியவில்லை. உலகில் எந்த இடத்திலும் ஹெல்மட் அணியாமல் நீங்கள் இருசக்கர வாகனத்தில் செல்ல முடியாது. பின்னால் அமர்ந்தாலும் ஹெல்மட் அணிய வேண்டியது கட்டாயம். ஆனால் இந்தியா ஜனநாயக நாடு. இங்கே ஜனங்கள் வைத்ததுதான் சட்டம். போலீஸின் வேலை, மந்திரிகளுக்குப் பாதுகாப்புக் கொடுப்பது.

***

ஒரு டைட்டன் ஷோ ரூமில் கேட்டது இது. ஒரு தம்பதி. ஒரு வயதான அம்மாள். அம்மாள் தன் மகனிடம் சத்தமான குரலில் சொல்கிறார்.

“டேய் அம்பி, டைட்டன்ல கூட ஃப்ளாட் போட்டு விக்கறா போலருக்கு.”

“அப்படியா, இருக்காதே அம்மா.”

“இல்லியே... அதோ பார். விளம்பரத்துல ஃப்ளாட் *50%* டிஸ்கவுண்டுனு போட்டிருக்கானே?”

மருமகள் தன் கணவருக்கும் மாமியாருக்கும் தெரியாமல் ரகசியமாகச் சிரித்துக் கொண்டதை நான் பார்த்துவிட்டேன். நான் பார்த்ததைப் பார்த்து உடனே முகத்தைத் திருப்பிக் கொண்டார்.

ஃபெப்ருவரி 12, 2015

8.) குதிரைச் சவாரிக்கு டிரைவிங் லைசன்ஸ் தேவையா?

நீங்கள் குதிரை வண்டியில் பயணம் செய்திருக்கிறீர்களா? அநேகமாக இல்லை என்றே பதில் வரும். மோட்டார் வாகனங்களின் வருகைக்குப் பிறகு குதிரையின் பயன்பாடு குறைந்து விட்டது. முப்பது ஆண்டுகளுக்கு முன்னால் நான் அலஹாபாதில் குதிரை வண்டியில் பயணம் செய்திருக்கிறேன். குதிரை வண்டியே இப்படி முப்பது வருடம் பின்னால் போய் விட்டது என்றால் குதிரைச் சவாரி? கல்கியின் *பொன்னியின் செல்வனில்* வந்தியத் தேவன் குதிரையில் பயணம் செய்வதைப் படித்து இளம் வயதிலிருந்து குதிரைச் சவாரி ஒரு கனவாகவே இருந்தது. இப்போது அதற்கான வலுவும் இல்லை; நேரமும் இல்லை. வேண்டுமானால் மெரினா கடற்கரையில் மட்டக் குதிரையில் ஒருமுறை ஏறி இறங்கலாம்.

பொன்னியின் செல்வனுக்கும் பின்னே போனால் வேத காலத்திலேயே குதிரைகளைப் பழக்கித் தேர் ஓட்டியிருக்கிறார்கள் என்பதை ரிக் வேதத்திலிருந்து அறிய முடிகிறது. அதேபோல் ஈரானிய கலாச்சாரத்திலும் குதிரையின் உபயோகம் இருந்தது என்பதை பாகிஸ்தானில் உள்ள கைபர் பகுதியில் இருக்கும் ஸ்வாட் சமவெளி நாகரீகச் சின்னங்களிலிருந்து (கி.மு.1800) தெரிந்து கொள்கிறோம்.

இதேபோல் வடக்கு பலூசிஸ்தானில் சிந்து சமவெளி நாகரீகச் சின்னங்கள் உள்ள இடம் Pirak. இங்கேயும் குதிரை பூட்டிய தேர்களின் ஓவியங்கள் உள்ளன. இதனால் இரானியர்களும் ஆரியரைப் போல் குதிரைகளில் சென்றனர் என்று வரலாற்று ஆசிரியர்கள் சொல்கிறார்கள்.

இதெல்லாம் தெரிந்தோ தெரியாமலோ என் நண்பர் ஒருவர் குதிரை வளர்த்தே தீருவேன் என்று பிடிவாதமாக இருக்கிறார். (அவர் என்னிடம் கேட்ட ஒரு சந்தேகம்: குதிரையில் சென்றால் ட்ரைவிங் லைசன்ஸ் வாங்க வேண்டுமா?) வெறும் பேச்சாக இல்லாமல் இப்போது குதிரை

ஏற்றப் பயிற்சிக்கும் போய்க் கொண்டிருக்கிறார். ஒரே ஒரு நாள் அவரோடு நான் வேடிக்க பார்க்கச் சென்றேன். பயிற்சியாளர் என் நண்பரிடம் ஹார்மனி என்ற வார்த்தையைப் பலமுறை கூறினார். என்னவென்று விசாரித்தேன். குதிரைச் சவாரியின் அடிப்படைகளில் ஒன்று ஹார்மனி என்றார். குதிரைக்கும் உங்களுக்கும் ஒரு ஹார்மனி வேண்டும் என்று ஆரம்பித்து ஏதேதோ சொன்னார். ஹார்மனி என்றால் லயம்; மற்றபடி ஏதும் புரியவில்லை என்றதும் ஒரு உதாரணம் சொன்னார். குதிரையின் மேல் ஏறி இரண்டு குதிகால்களையும் வைப்பீர்கள் அல்லவா, அந்த வளையத்தில் (Stirrup என்றார்; இதற்குத் தமிழ் வார்த்தை என்ன?) குதிகால்கள் அழுந்தக் கூடாது. அழுந்தினால் ஹார்மனி கெட்டுவிடும்; சவாரி லகுவாக இருக்காது. இன்னும் இதுபோல் பல விபரங்கள். கடைசியில் புரிந்தது என்னவென்றால், குதிரையும் நீங்களும் ஒரே லயத்தில் இருக்க வேண்டும். இன்னும் புரியவில்லை என்றால் ஒருமுறை குதிரையேற்றப் பயிற்சிக்குச் சென்று பாருங்கள்.

அந்தியூரில் நடக்கும் குதிரைச் சந்தையைப் பற்றிக் கேள்விப் பட்டிருக்கிறீர்களா? அது பற்றி சதீஷ் சங்கவி தனது வலைத்தளத்தில் (www.sangkavi.com <http://www.sangkavi.com/>) வெகு சுவாரசியமான விஷயங்களைக் கூறுகிறார். அந்தியூரில் குதிரைச் சந்தை திப்பு சுல்தான் காலத்திலிருந்து நடைபெற்று வருகிறது. திப்புவின் படைத்தளங்களில் முக்கியமானதாகவும் இருந்திருக்கிறது அந்தியூர். இங்கே இருந்த கோட்டையில்தான் தன் குதிரைகளுக்குப் பயிற்சி அளித்துள்ளார் திப்பு. குதிரைகளை விற்கவும் கள்ளிக்கோட்டையிலிருந்து வரும் அரபிக் குதிரைகளை வாங்கவும் அதிகம் குதிரைகள் உள்ள இடமான அந்தியூரைத் தேர்வு செய்து சந்தையை உருவாக்கி இருக்கிறார். வருடா வருடம் சந்தை தனியாக இருப்பதை விட திருவிழாவின் போது சந்தை இருந்தால் சிறப்பாக இருக்கும் என்று இங்குள்ள குருநாத சுவாமி திருவிழாவின் போது இச்சந்தை வருடா வருடம் ஆடி மாதம் நான்கு நாட்கள் நடைபெறுகிறது. இத்திருவிழாவைக் காண ஏழு லட்சத்துக்கும் அதிகமானோர் குவிகின்றனர். குதிரைச் சந்தையுடன் மாட்டுச் சந்தையும் நடைபெறுகிறது. தமிழகத்தில் பிரபலமான காங்கேயம் காளை இச்சந்தையில் அதிகம் விற்பனை ஆகிறது. ஒரு மாத குதிரைக் குட்டியின் விலை 7 ஆயிரம். வெண்புரவியின் அதிக பட்ச விலை நான்கு லட்சம்.

***

பாஷோ. ஜப்பானின் அதிமுக்கியமான ஹைக்கூ கவிஞன். பிறப்பு 1644. ஒரு சாதாரண சாமுராய் வீரனின் மகனாகப் பிறந்த பாஷோ ஜப்பானிய ஹைக்கூவின் தலைசிறந்த கவியாகக் கொண்டாடப்படுகிறார். அவர் 1689

ஆம் ஆண்டு கையில் ஒரு காசு எடுத்துக் கொள்ளாமல் ஐந்து மாதங்கள் நடந்தே 1200 மைல் தூரம் பயணம் செய்தார். பிரபலமான கவியாக இருந்ததால் அவரை அடையாளம் கண்டு கொள்ளும் மாணவர்களுக்கு இலக்கியம் கற்பித்து அதிலிருந்து கிடைக்கும் வருமானத்தில் உணவு உட்கொண்டார். அந்தப் பயண அனுபவங்களை ஹைக்கூ ஆகவும் உரைநடையாகவும் பதிவு செய்திருக்கிறார். அதில் ஒரு ஹைக்கூ:

கொசுக்களும் பூச்சிகளும் கடிக்க
இரவு முழுதும் உறக்கம் இல்லை
தலைக்கு அருகில் ஒரு குதிரை
மூத்திரம் பெய்கிறது.

இப்போதும் பாஷோ நடந்து சென்ற 1200 மைல்களையும் நடந்தே கடப்பதை பலரும் ஒரு புனித யாத்திரையாகவே மேற்கொள்கின்றனர். அதே பாதையில் என் கவி நண்பன் கவினோடு ஒருமுறை செல்ல வேண்டும் என்று எனக்கொரு ஆசை. இன்னும் கவினை நான் சந்தித்தது இல்லை. கவிதைகளை மட்டுமே வாசித்திருக்கிறேன். கவினின் கவிதைகளை வாசிப்பது ஒரு தியானத்துக்குள் சென்று நம்மை மறந்து விடுவது போன்ற அனுபவம். மாதிரிக்கு இரண்டு:

கல்லறை மேல்
அமரும் பறவைகள்
கனவுகளையெடுத்து
பறந்து போகின்றன
ஆகாயத்திற்கு அப்பால்.

***

ஒரு வானம் வைத்திருக்கிறேன்
ஒரு கோடி சிறகுகளும் வைத்திருக்கிறேன்.

***

கவின் இப்போது பாஷோ என்ற பெயரில் ஒரு வித்தியாசமான கவிதை இதழைக் கொண்டு வந்திருக்கிறார். இரண்டே பக்கம். மஞ்சள் மற்றும் பிங்க் வண்ணங்களில் வழவழ தாள். முழுக்கவும் ஹைக்கூ கவிதைகள். அதில் அய்யப்ப மாதவனின் ஒரு கவிதை:

புத்தனின் அசைவற்ற
மடியில் நிற்கிறது
அந்தரத்தில் அலைந்த காகம்.

முகவரி, கோவைக்கு அருகில் நடுப்பட்டி கிராமம் என்று போட்டிருக்கிறது. ம்... தமிழ் இலக்கியம் பட்டிதொட்டியெல்லாம்

பரவிக் கிடப்பதில் எனக்குக் கன குஷி. பாஷோ படித்ததால் எனக்குத் தோன்றிய ஒரு குட்டிக் கவிதை:

அன்பைப் பொழி
ஆசையை ஒழி.

***

இந்தியர்களாகிய நாம் இன்னமும் வெள்ளைக்காரர்களுக்கு அடிமையாகவே இருக்கிறோம் என்று பல சந்தர்ப்பங்களில் யோசித்திருக்கிறேன். இந்த எஜமான விசுவாசத்தின் காரணமாக, நாம் மிக மோசமான இனவாதிகளாக வாழ்கிறோம். இயக்குனர் ஹரிசரனின் வலைத்தளத்தில் ஒரு அதிர்ச்சிகரமான சம்பவத்தைப் படித்தேன். அவரும் அவர் மனைவியும் லண்டன் வழியாக ஹ்யூஸ்டன் செல்கிறார்கள். பிரிட்டிஷ் ஏர்வேஸ். மற்ற விமான நிறுவனங்களை விட இதில் செலவு அதிகம். என்னதான் பிரிட்டிஷ் ஏர்வேஸ் என்றாலும் இந்தியாவிலிருந்து செல்லும் விமானங்களில் பணிபுரிபவர்கள் இந்தியர்கள்தானே? அவர்கள் ஹரிசரன் தம்பதியை நடத்திய விதத்தைப் படித்தால் மனம் பதறுகிறது. இவ்வளவுக்கும் அவர் அமெரிக்கையாக ஆங்கிலம் பேசக் கூடியவர். உயரம் ஆறு அடிக்கு மேல். அவருக்கே இந்தக் கதி என்றால் பழுப்பு நிறமும் ஐந்தேகால் அடி உயரமும் தட்டுத் தடுமாறும் ஆங்கிலமும் கொண்ட நான் என்ன கதி ஆகியிருப்பேன் என்று நினைக்கவே நடுக்கமாக இருக்கிறது. அவர் விவரித்திருக்கும் கதையை சுருக்கமாகச் சொல்கிறேன். டிக்கட் கொடுக்கும் கவுண்டரில் பெட்டியைப் பரிசோதிக்கும் போது கால் கிலோ எடை அதிகமாக இருந்தாலே ஏதோ பயங்கரவாதியைப் பிடித்து விட்டது போல் அலறுவார்கள். ஹரிசரன் விஷயத்திலும் அதேபோல் அலறியிருக்கிறார்கள். ஆனால் அதற்குப் பிறகு ஹ்யூஸ்டன் போய்ச் சேரும் வரை ஒன்றும் பிரச்சினை இல்லை. டிசம்பர் 30ஆம் தேதி இந்தியா திரும்புகிறார். விமானம் கிளம்பத் தாமதம் என்பதால் லண்டன் வரும் போதும் தாமதம். டெர்மினல் 5இல் சென்னை போகும் விமானத்தைப் பிடிக்க பயணிகளை ஏற்றிச் செல்லும் பஸ்ஸில் கூட்டம் அதிகம் என்பதால் ஒவ்வொரு முறையாக ஏற்றிக் கொண்டு போய் விட்டுவிட்டுத் திரும்பி வந்து ஏற்றிச் சென்றதில் அரை மணி நேரம் தாமதம். கடைசியில் குறிப்பிட்ட டெர்மினலுக்கு வந்து சேர்ந்தால் அங்கே ஒரு நீண்ட வரிசை. இன்னும் ஒரு மணி நேரம் கழித்துக் கிளம்ப வேண்டியவர்களும் அதே வரிசைதான். ஹரிசரன் தம்பதியின் விமானம் கிளம்பும் நேரம் நெருங்கி விட்டது. கௌண்டரில் இருந்த பெண்ணிடம் மிகவும் பணிவாக விஷயத்தைச் சொல்கிறார் நம் பயணி. பதிலுக்கு டொண்ட் ஷவ்ட் என்று கடுமையான குரலில் சொல்கிறார் கௌண்டர் பெண். அதோடு மட்டும் முடியவில்லை. டிக்கட் எங்கே

என்று மிரட்டும் தொனியில் கேட்டு வாங்கிப் பார்த்துவிட்டு, இவ்வளவு நேரம் எங்கே போய்த் தூங்கிக் கொண்டிருந்தீர்கள் என்றும் இன்னும் பலவாறாகவும் இந்தியில் ஒரே கத்தல். ஆம், லண்டனில் உள்ள பிரிட்டிஷ் ஏர்வேஸில் இந்தியா வரும் விமானங்களுக்கான ஊழியர்கள் அநேகம் பேர் வட இந்தியர்கள். அவர்கள் இந்தியர்களை தீண்டத் தகாதவர்களைப் போல் நடத்துவார்கள். வெள்ளைக்காரனிடம் நல்ல பேர் வாங்குகிறார்களாம்! அடுத்து அந்தப் பெண், என்னால் ஒன்றும் செய்ய முடியாது, அங்கே போங்கள் என்று ரிஸர்வேஷன் கௌண்டரைக் காண்பிக்கிறார். ஓரிரு நொடிகளுக்குப் பிறகு, "ஏன் இங்கேயே நின்று எனக்குத் தொல்லை கொடுக்கிறீர்கள்? நான்தான் சொன்னேனே?" என்று இன்னொரு கத்தல்.

பிறகு அடுத்த நாள் விமானத்தைப் பிடிக்கலாம் என்று சொல்கிறார் ஒரு ஊழியர். அந்த இரவு தங்குவதற்கு ஓட்டல் வசதி தரப்படுகிறது. அதற்கு பஸ் பிடிக்க வேண்டும். டிசம்பர் 30 அன்று லண்டனில் எப்படிப்பட்ட குளிர் இருக்கும் என்று நினைத்துப் பாருங்கள். மைனஸ் 2. தம்பதியிடம் சரியான கம்பளி உடுப்பு கூட இல்லை. இப்படி நடு ரோட்டில் மைனஸ் இரண்டு குளிரில் நிற்க வேண்டும் என்று எதிர்பார்த்தார்களா என்ன? கடும் பசியுடன் சென்ற இவர்களுக்கு ஷெரட்டன் ஓட்டலில் ஒரு வாய் தேநீர் கூட கொடுக்கவில்லையாம். ஐந்து மணிக்குத்தான் என்று கடுப்புடன் சொல்லியிருக்கிறார்கள் ஷெரட்டன் ஊழியர்கள். காரணம், இப்படி வருபவர்கள் எல்லாம் பிரிட்டிஷ் ஏர்வேஸ் விமானத்தைத் தவறவிட்டவர்கள். எனவே தீண்டத் தகாதவர்கள். "கொலைப் பசியில் இருக்கிறோம்; கொஞ்சம் சாண்ட்விச்சாவது கொடுங்கள்." ஹரிசரன் கெஞ்சுகிறார். "ம்... ஆனால் அதற்கு நீங்கள் பணம் கொடுக்க வேண்டும்," என்று மிரட்டல். ஓட்டலில் இவர்களுக்குக் கொடுக்கப்பட்ட அறைக்குக் கிட்டத்தட்ட அரை கிலோமீட்டர் நடை. விமானத்தைத் தவற விட்டவர்கள்!

கதை இப்படியே போகிறது. இரவு உணவு கூட சரியாகக் கிடைக்கவில்லை. பிரிட்டிஷ் ஏர்வேஸுக்கு இதை எழுதிப் போட்ட போது, "வருந்துகிறோம். தொடர்ந்து பிரிட்டிஷ் ஏர்வேஸுக்கே உங்கள் ஆதரவு இருக்கும் என்று நம்புகிறோம்," என்று ஏற்கனவே எழுதப்பட்ட பதில் வந்ததாம். ஜெய் ஹிந்த் என்று முடித்திருக்கிறார் இயக்குனர் ஹரிசரன். ஜெய் ஹிந்த்!

ஃபெப்ருவரி *19, 2015*

9.) ஸெண்ட் போட்டால் பேய் அடிக்குமா?

50 ஆண்டுகளுக்கு முன்பு புகைப்படம் எடுப்பது என்பது ஒரு பெரிய திருவிழாவைப் போல் நடைபெறும். புகைப்படக் கலைஞர் ஒரு பெரிய முக்காலியைப் போட்டு அதன் மேல் கேமராவை வைத்து ஏதோ செய்வார். வெடி வெடித்துப் புகை வரும். அதன் விபரத்தைத் தேடினால் 1877இல் ஃப்ளாஷ் பவுடர் போட்டு முதல் முதலில் புகைப்படம் எடுக்கப்பட்டது என்று தெரிகிறது. ஃப்ளாஷ் பவுடர் என்றால் மக்னீஷியம் பவுடர். அதற்குப் பிறகுதான் Halogen Light வந்தது. இப்போது எலக்ட்ரானிக் யுகம். எல்லாம் அலைபேசியிலேயே அடக்கம். செல்ஃபி வரை வந்து விட்டோம். இதன் அடுத்த கட்ட வளர்ச்சி என்னவாக இருக்கும் என்று என்னால் கற்பனை கூட செய்ய முடியவில்லை.

அப்போதெல்லாம் ஊரில் ஒரே ஒரு ஸ்டுடியோதான் இருக்கும். ஸ்டுடியோவுக்கு வெளியே பல அழகான ஜோடிகளின் புகைப்படங்கள் பெரிய சைஸில் தொங்கும். தம்பதிகளுக்கான முக்கியமான கடமைகளுள் ஒன்று, தாலி கட்டியவுடன் மாப்பிள்ளை கோட்டு மாட்டிக் கொண்டு புது மனைவியுடன் புகைப்படம் எடுத்துக் கொள்வதுதான். அநேகமாக அந்தக் கோட்டுக்கு அதற்குப் பிறகு எந்தப் பயன்பாடும் இருக்காது. எல்லா வீடுகளிலும் இப்படி ஒரு புகைப்படம் புகை படிந்து சுவரில் மாட்டி இருப்பதைப் பார்த்திருக்கிறேன். அந்தப் புகைப்படத்தில் தெரியும் உருவங்களுக்கும் நாம் பார்க்கும் நிஜ உருவங்களுக்கும் சம்பந்தமே இருக்காது. பத்துப் பதினைந்து ஆண்டுகளில் ஆளே அடையாளம் தெரியாமல் மாறி இருப்பார்கள்.

ஒவ்வொரு வீட்டிலும் காணப்படும் இன்னொரு விதமான புகைப்படம், பிரேதங்களின் புகைப்படம். தாத்தா, பாட்டியையெல்லாம் அவர்கள் உயிரோடு இருக்கும் காலத்தில் புகைப்படம் எடுத்திருக்க மாட்டார்கள். அதனால் அவர்கள் காலமானவுடன் புகைப்படக்காரரை அவசரமாக அழைத்து ஒரு புகைப்படம் எடுப்பார்கள். பிளந்த வாய், தலையோடு

சேர்த்துக் கட்டப்பட்டு நெற்றியில் நாமம் தரித்த பல தாத்தா பாட்டிகளை அப்போது நான் புகைப்படமாகப் பார்த்திருக்கிறேன். மாலை போட்டு ஊதுபத்தி கொளுத்தப்பட்டிருக்கும்.

வேலைக்கு விண்ணப்பிக்க பாஸ்போர்ட் சைஸ் புகைப்படம் தேவைப்படும் என்பதால் அவ்வப்போது ஸ்டுடியோவுக்கு செல்ல வேண்டி வரும். புகைப்படம் எடுத்த மறுநாள்தான் அது கைக்குக் கிடைக்கும். வெளிச்சமே புகாத இருட்டு அறையில் புகைப்படத்தைக் கழுவுவார்கள். அந்தக் காலத்தில் பிராமண வீடுகளில் காமிரா அறை என்று ஒன்று இருக்கும். வெளிச்சம் புகாத இருட்டு அறை என்பதால்தான் அதற்குக் காமிரா அறை என்று பெயர் வந்திருக்கும் என்று நினைக்கிறேன்.

மேற்கத்திய நாடுகளில் ஸ்டில் ஃபோட்டோக்ராஃபிக்கு கிராக்கி அதிகம். சொந்த விமானம் வைத்திருப்பவர்களெல்லாம் உண்டு. வட இந்தியாவில் கூட மதிப்பு அதிகம். ஒரு திருமண நிகழ்ச்சியைப் புகைப்படம் பிடிக்க எட்டிலிருந்து பத்து லட்சம் வரை வாங்குகிறார்கள். 6000 புகைப்படங்கள் எடுத்து அதில் 500ஐத் தேர்ந்தெடுத்து ஆல்பமாக்கித் தருவார்கள். ஆனால் தமிழ்நாட்டில் ஸ்டில் புகைப்படக் கலைஞர்களுக்கு அவ்வளவு மதிப்பு இல்லை. சினிமாவில் கூட அவர்களை சரியாகப் பயன்படுத்துவதில்லை. இப்போதெல்லாம் எல்லார் கையிலும் எஸ்.எல்.ஆர். (சிங்கிள் லென்ஸ் ரெஃப்ளெக்ஸ்) கேமரா இருப்பதால் அவரவர் தேவையை அவரவர்களே கவனித்துக் கொள்கிறார்கள். அதனால் புகைப்படம் என்பது ஒரு கலை என்பது போய் வெறும் ஃபாஷன் என்று ஆகி விட்டது. புகைப்படக் கலைஞரான என் நண்பர் பிரபு காளிதாஸிடம் இது பற்றி அடிக்கடி பேசிக் கொண்டிருப்பேன். அப்போது ஒருநாள் அவரிடம், "ஜீவனோபாயத்துக்கு என்ன செய்கிறீர்கள்?" என்று கேட்டேன். "திருமண நிகழ்ச்சிகள், கார்ப்பொரேட் நிறுவன நிகழ்ச்சிகள், பத்திரிகைகள்" என்றார். ஆனால் சிறு நகரங்களிலோ, கிராமங்களிலோ புகைப்படம் எடுக்கப் போனால் பலரும் மிக மோசமாக நடத்துகிறார்களாம். "டேய், தாலி கட்றதை மறைக்காதடா... அந்தாண்ட போடா... வந்துட்டானுவோ தடிமாடு மாதிரி." இது ஒன்றுதான் பிரசுரிக்கக் கூடிய வசை.

பிரபு காளிதாஸ் நன்றாக எழுதக்கூடியவராகவும் தெரிகிறார். பின்வருவது அவரது முகநூல் பதிவுகளில் ஒன்று:

"பிச்சைக்காரர்களுக்கும் எனக்குமான உறவு நாளுக்கு நாள் வளர்ந்து கொண்டே போகிறது. அடையாறில் என் ஸ்டுடியோ இருப்பது ஒரு கார்ப்பரேஷன் வணிக வளாகம். பத்து வருடங்களுக்கு முன் நான் இங்கு வந்ததிலிருந்து நிறைய பிச்சைக்காரர்கள் பழக்கம். காலையில் ஒன்பது

மணிக்கு ஆரம்பித்து வரிசையாக எல்லா கடைகளுக்கும் அரைமணிக்கு ஒரு தடவை ஒவ்வொரு டிஸைனில் பிச்சைக்காரர்கள் வந்த வண்ணம் இருப்பார்கள். பத்து வருடங்களுக்கு முன்னால் காம்ப்ளெக்ஸில் வாட்ச்மேன் இருப்பார். பிச்சைக்காரர்கள் யாரையும் உள்ளே விடாமல் பார்த்துக் கொள்வார். நாளடைவில் கடைக்காரர்கள் சரிவர சம்பளம் கொடுக்காமல் பிச்சைக்காரத்தனமாய் நடந்து கொண்டதால் அவரும் நின்றுவிட்டார். அதன் பிறகுதான் பிச்சைக்காரர்களின் பரேடு ஆரம்பித்தது. ஒருமுறை ஒரு வயதான பிச்சைக்காரர் காசு கேட்டு, நான் இல்லையென்று சொல்ல, "எப்பக் கேட்டாலும் இல்லேங்கிற, பேசாம என்கூட வந்துடு" என்றார். இப்படி ஒன்றா இரண்டா, நிறைய அனுபவங்கள்... என் காம்ப்ளெக்ஸின் வாசல் கேட்டில் நின்று நீங்கள் "டேய் பிச்சைக்காரப் பயலே..." என்று கூப்பிட்டால் உடனே ஓடி வந்து நிற்பேன் பாருங்கள். மண்டை பூராவும் அவ்வளவு இருக்கிறது. ஒரு நாளைக்குக் குறைந்தது முப்பது பிச்சைக்காரர்கள் வருவார்கள். ஒரு ஆளுக்கு ரெண்டு ருபாய் கொடுத்தால் அறுபது ருபாய். ஒரு மாதக் கணக்கை நீங்களே போட்டுக் கொள்ளுங்கள். இப்போல்லாம் யாரிடமாவது பேசிக்கொண்டிருக்கும் போது நடுவில் திடீரென்று, 'ஒரு ரெண்டு ரூபா இருந்தா குடுங்களேன்' என்று கேட்டாலும் கேட்பேன்; சொல்ல முடியாது."

***

சமீபத்தில் ரயிலில் திருவனந்தபுரத்தில் இருந்து சென்னைக்கு இரண்டாம் வகுப்பில் பயணம் செய்ய நேர்ந்தது. வார்த்தைகளில் விவரிக்க முடியாத நரகம். அதில் தாங்க முடியாத கொடுமை, பிச்சைக்காரர்களின் தொல்லை. ஒவ்வொரு ஸ்டேஷனிலும் கோஷ்டி கோஷ்டியாக ஏறி நம்மை வறுத்து எடுத்தார்கள். மூன்று வயது குழந்தையிலிருந்து நாற்பது வயது வரை. முதியவர் யாரும் இல்லை. நம் நாட்டில் பிச்சை எடுப்பது இப்போது ஒரு பெரிய தொழிலாகவே மாறி விட்டது. நான் கடவுள் படம் உங்களுக்கு ஞாபகம் இருக்கலாம். ஆங்கிலத்தில் *ஸ்லம்டாக் மில்லியனர்*. ஆனால் ஒரு காலத்தில் பிச்சை எடுத்து வாழ்வது ஒரு புனிதமான வாழ்க்கை தர்மமாக இருந்தது. துறவிகளும் ஞானிகளும் அப்படித்தான் வாழ்ந்தார்கள். ஷீர்டி பாபா கூட கடைசிவரை தன்னை ஒரு பிச்சைக்காரன் என்றே அழைத்துக் கொண்டார். துறவிகள் எப்படிப் பிச்சை எடுக்க வேண்டும் என்பதற்கு அப்போது விதிமுறைகள் கூட இருந்தன. ஒரு வீட்டின் முன் நின்று பவதி பிட்ஷாம் தேஹி (எனக்குப் பிச்சை இடுங்கள்) என்று சொல்ல வேண்டும். மூன்று முறைதான் சொல்லலாம். அதற்குள் பிச்சை இடவில்லை எனில் துறவி அன்றைய தினம் பட்டினிதான். இன்னொரு விஷயம், மறுநாளைக்கு என்று எதையும் சேர்த்து வைத்துக் கொள்ளக் கூடாது. புத்தரும் இப்படி

ஒரு தர்ம வாழ்க்கையையே வாழ்ந்தார். பிரயாகையில் முண்டம், காசியில் தண்டம், கயையில் பிண்டம் என்றொரு வழக்கு உண்டு. முண்டம் என்றால் மொட்டை அடித்துக் கொள்வது. தண்டம் என்பது காசி காலபைரவர் கோவிலில் பிரம்பினால் தலையில் ஆசீர்வாதம் வாங்குதல். பிண்டம் என்பதற்குத் தாயின் வயிற்றில் உருவாகும் கரு, உடல், சோற்று உருண்டை என்று பல பொருள்கள் உண்டு. பல தத்துவார்த்தங்களைக் கொடுக்கக் கூடிய வார்த்தையும் கூட. அண்டமும் பிண்டமும் என்பார்கள். கயையில் பிண்டம் என்பது, கயாவில் நம் முன்னோர்களுக்கு சோற்றை உருட்டி தானம் செய்தால் நம் பித்ருக்களின் ஆவி மோட்சமடையும் என்பது நம்பிக்கை. இதைப் பிண்ட தானம் என்பர்.

***

கடந்த ஆண்டு ஃபெப்ருவரி 13 அன்று பாலு மகேந்திரா தனது 74ஆவது வயதில் மறைந்தார். அவரது நினைவு நாள் கூட்டம் அதே நாளில் கடந்த வாரம் சென்னையில் உள்ள டிஸ்கவரி புக் பேலஸில் நடந்தது. ஞாநியும், அஜயன் பாலாவும், நானும் இன்னும் சில நண்பர்களும் பேசினோம். நீண்ட காலமாக எனக்கு ஒரு சந்தேகம் இருந்தது. சத்யஜித் ரே, ரித்விக் கட்டக் அளவுக்கு மேதமையும் கலைத்துவமும் கொண்ட பாலு மகேந்திரா ஏன் உலக சினிமா வரைபடத்தில் இடம் பெறாமல் போனார்? அவரது *வீடு*, *சந்தியா ராகம்* என்ற இரண்டு படங்களும் சர்வதேசத் தரம் வாய்ந்தவை. இருந்தும் அவர் தொடர்ந்து *ரெட்டைவால் குருவி* போன்ற ஜனரஞ்சகப் படங்களையே எடுத்துக் கொண்டிருந்தார். அதனால்தான் அவர் தமிழ்நாட்டுக்கு வெளியே தெரிய வராமல் போனார் என்று எண்ணினேன். ஆனாலும் எனக்கு அந்த விளக்கத்தில் திருப்தி இல்லாமல் இருந்தது. ஞாநியின் பேச்சுதான் என் குழப்பத்தைத் தீர்த்தது. இலக்கியத்தின் மிகத் தீவிர வாசகராக இருந்தும் பாலு தன் படங்களில் இலக்கியத்தைப் பயன்படுத்திக் கொள்ளவில்லை. அதன் பொருள், எழுத்தாளர்களை வைத்து வசனம் எழுதுவது அல்ல. நல்ல காத்திரமான கதைகளை இலக்கியத்திலிருந்து அவர் எடுத்துக் கொள்ளவில்லை. உலகின் முக்கியமான சினிமா அனைத்தும் அப்படி உருவானவையே. உதாரணமாக, சத்யஜித் ரேவின் முதல் படமான *பதேர் பாஞ்சாலி* கூட விபூதிபூஷன் பந்தோபாத்யாயாவின் நாவலை அடிப்படையாகக் கொண்டதுதான்.

***

பேய் பிசாசின் மீது நம்பிக்கை இருக்கிறதோ இல்லையோ, ஆனால் பயமாக இருக்கிறது என்றார் புதுமைப்பித்தன். கிராம வாழ்க்கையில்

பேய்கள் ஒரு தவிர்க்க முடியாத அம்சம். ஆனால் நகரங்களில் பேய் பிசாசு பற்றிய பேச்சே எழுவதில்லை. ஒருவேளை பேய்கள் இன்னும் மனிதர்களைப் போல் நகரங்களுக்குக் குடிபெயரவில்லை போலும். நீண்ட காலமாக நகரங்களில் வாழ்ந்து வரும் எனக்கு பேய் பற்றிய யோசனை வந்தது எப்படியென்றால், ஒரு ஆட்டோக்காரர் ஞாபகப்படுத்தினார். வாசனைத் திரவியங்களில் எனக்கு விருப்பம் அதிகம். நாகூரில் பிறந்து வாழ்ந்ததாலோ என்னவோ முன்பெல்லாம் அத்தர் போட்டுக் கொள்வேன். இப்போது Azzaro என்ற ஃப்ரெஞ்ச் பெர்ஃப்யூம். இது தாம்பத்ய உறவின் போது ஆண்கள் போட்டுக் கொள்ளும் திரவியம். நாம் இருந்த இடத்தை விட்டுச் சென்ற பிறகும் கூட நீண்ட நேரம் தன் மணத்தை அங்கே விட்டுச் செல்லும் இயல்பு கொண்டது அஸாரோ. (நீங்கள் Tom Tykwer இயக்கிய *Perfume* என்ற படம் பார்த்திருக்கிறீர்களா? அவசியம் பார்க்க வேண்டிய படம்.)

ஒருநாள் ஆட்டோவில் ஏறியதும், “என்ன ஸெண்ட் சார் இது? இப்படித் தூக்குது?” என்றார் ஆட்டோக்காரர். இந்த திரவியத்தை நீங்கள் நேரடியாக ஆடையில் அடித்துக் கொள்ளக் கூடாது. காற்றில் அடித்து விட்டு அந்தக் காற்றுப் பிரதேசத்துக்குள் நுழைய வேண்டும். மணம் அவ்வளவு தீவிரமானது என்பதால் நான் எப்போதும் மிகச் சிறிய அளவே பயன்படுத்துவது வழக்கம். அப்படியும் ஆட்டோக்காரர் பிடித்து விட்டாரே என்று நினைத்துக் கொண்டு “ஃப்ரான்ஸிலிருந்து வந்தது” என்றேன். “என்ன இருந்தாலும் ஃபாரின் ஃபாரின்தான் சார்” என்றார். அடடா, என்ன இது, தேசப் பற்றில் கை வைக்கிறாரே என்ற விசனத்துடன் பேச்சை மாற்றினேன். ஆனால் அவரோ விடாமல், “இந்த ஸெண்ட்டைப் போட்டுக் கொண்டு இரவில் நடமாடாதீர்கள். பேய் அடித்து விடும்” என்று சொல்லி தனக்கு நேர்ந்த அனுபவத்தைச் சொன்னார். “அப்படித்தான் சார் ஒருநாள் மத்தியானம் பன்னெண்டு மணிக்கு மட்டன் வாங்கிக் குடுத்துட்டு சரக்கப் போட்டுட்டுத் தூங்கிட்டேன். ஒரு பொண்ணு வந்து என்ன அமுக்குது. பொண்ண கண்ணால பாக்கவும் முடில... தள்ளவும் முடியல. அப்றம்தான் தெரிஞ்சுது மோகினிப் பிசாசுன்னு... இந்தா பாருங்க தாயத்து.”

ஃபெப்ருவரி *26, 2015*

10.) தமிழர்களின் வரலாற்றை யாரேனும் எழுதியிருக்கிறார்களா?

இளம் வயதில் படித்த முக்கியமான எழுத்தாளர்களை இப்போது மீண்டும் ஒருமுறை வாசிக்க ஆரம்பித்திருக்கிறேன். Daniel Defoe, பல்ஸாக், மாப்பஸான், அசோகமித்திரன் – ஏன்? இது ஒருவித rejuvenation. தேகத்துக்குப் புத்துணர்ச்சி கொடுப்பது போல் நம் சிந்தனைக்கும் கொடுக்க வேண்டும் அல்லவா? டீஃபோ என்றதும் நம் நினைவுக்கு வருவது ராபின்ஸன் க்ரூஸோ. க்ரூஸோவின் கடல் சாகசங்களை நான் நான்டிடெய்ல்ட் பாடத்தில் படித்திருக்கிறேன். *(இப்போதும் பாடத்திட்டத்தில் அதெல்லாம் உண்டா? அல்லது, அதிலும் வேறு ஏதாவது புகுந்து விட்டதா?)* டீஃபோ சுமார் *600* புத்தகங்களை எழுதியவர். எல்லாவற்றையும் நம்மால் படிக்க முடியாது என்றாலும் அதில் ஆக முக்கியமானவை இரண்டு. A Journal of the Plague Year (1722). A Tour Thro" ' the Whole Island of Great Britain *(மூன்று தொகுதிகள்) (1724–27)*.

அப்போதெல்லாம் ஐரோப்பாவை பயமுறுத்திக் கொண்டிருந்த ஒரு விஷயம் ப்ளேக். ஜியோவனி பொக்காஷியோ *(1313–1375)* ஒரு இத்தாலியக் கவிஞர், எழுத்தாளர். அவருடைய டெக்கமரான் கதைகள் மிகவும் பிரசித்தமானவை. இத்தாலியில் உள்ள ஃப்ளாரன்ஸ் நகரை 'கறுப்பு மரணம்' என்று அழைக்கப்பட்ட ப்ளேக் நோய் தாக்கியதும் அந்நகரிலிருந்து தப்பிய ஏழு இளம் பெண்களும் மூன்று இளைஞர்களும் ஒரு தூரத்து கிராமத்துக்கு வந்து சேர்கிறார்கள். அவர்கள் ஒவ்வொரு தினமும் பத்து கதைகளாக பத்து தினங்களில் சொல்லும் நூறு கதைகளின் தொகுப்பே டெக்கமரான். (டெக்கா என்ற கிரேக்க வார்த்தையின் பொருள், பத்து. எமரா என்றால் தினம்.) நூலின் துவக்கத்தில் வரும் நீண்ட முன்னுரையில் பொக்காஷியோ ப்ளேக் நோயினால் ஃப்ளாரன்ஸ் நகர மக்கள் அடைந்த கொடுமைகளை

விவரிக்கிறார். ("மருந்து கிடையாது; நோய்வாய்ப்பட்டவரை யார் நெருங்கினாலும் அவருக்கும் நோய் தொற்றி விடும். அதனால் ஒரு குடும்பத்துக்குள்ளேயே யாரும் யாரிடமும் பேச அஞ்சினார்கள். நூறு, ஆயிரம் என்று பிணங்களை ஒருசேர குழிகளில் தள்ளிப் புதைத்தார்கள்.") இது தவிர, டெக்கமரான் கதைகளில் நாம் பதினான்காம் நூற்றாண்டின் வாழ்க்கையைப் பற்றிய பல தகவல்களை அறிந்து கொள்ள முடிகிறது.

இன்றைய நவீன வாழ்க்கையில் பயணம் என்பது சர்வ சாதாரணமான ஒரு விஷயம். (விமானம் கண்டுபிடிக்கப்படுவதற்கு முன்பே பல பயணிகள் குதிரையில் கண்டம் விட்டு கண்டம் சென்றிருக்கிறார்கள். பிறகு பாய்மரக் கப்பல் வந்தது. எட்டாம் நூற்றாண்டில் ஆதி சங்கரர் கால்நடையாகவே இந்தியா முழுவதும் சுற்றியிருக்கிறார்.) என் நண்பர் ஒருவர், தன் வீட்டில் இருப்பதை விட விமான நிலையங்களில் இருக்கும் நேரமே அதிகம் என்கிறார். காலையில் எழுந்து பார்க்கும் போது, எந்த ஊர், எந்த நாடு என்று கிரகித்துக் கொள்ளவே சற்று நேரம் எடுக்குமாம். அந்த அளவுக்கு இன்று வசதி வாய்ப்புகள் பெருகி விட்டன. 24 மணி நேரத்தில் ஒருவர் உலகின் எந்த மூலையிலிருந்தும் எந்த மூலைக்கும் 'பறந்து' விட முடியும். உலகமே ஒரு கிராமமாகச் சுருங்கி விட்ட நிலையில் மக்கள் தங்கள் தேசத்தை விட்டுப் புலம் பெயர்ந்து போய்க் கொண்டே இருக்கிறார்கள். ஆனால் எந்த அளவுக்கு உலகமயமாதல் தீவிரமாகிறதோ அந்த அளவுக்கு மனிதன் தன்னை உள்ளுக்குள்ளே சுருக்கிக் கொள்ள விரும்புகிறான். கேட்டால், 'என் கலாச்சார வேரை நான் ஏன் விட வேண்டும்?,' என்கிறான். நல்லது. ஒருவர் இந்த பூமிப் பந்தின் எந்த மூலையில் இருந்தாலும் தன் கலாச்சார வேர்களை மறக்க வேண்டியதில்லை. ஆனால் அடுத்த கலாச்சாரத்தைத் தீண்டிப் பார்ப்பதற்குக் கூட மனம் ஒப்ப மறுக்கிறதே, ஏன்? மத்திய கால கட்டத்தில் மனித வரலாறு இப்படி இல்லை. வணிகம், பயணம் ஆகியவற்றின் மூலம் அவர்கள் மகத்தான கலாச்சார ஊடுபாவுகளை நிகழ்த்தி இருக்கிறார்கள். தாய்லாந்தின் 'தாய்' மொழியில் சம்ஸ்கிருதமும் தமிழும் எக்கச்சக்கமாகக் கலந்து கிடக்கிறது. அதேபோல் மலாய் மொழியில். தாய்லாந்தின் பெரும்பான்மை மக்கள் பௌத்தர்கள். ஆனால் அவர்கள் புத்தரோடு கூட விநாயகரையும் (கணேஷா) வணங்குகிறார்கள். ஆனால் 'கணேஷா' எங்கிருந்து வந்தார் என்று கேட்டால் யாருக்கும் தெரியவில்லை.

மொகலாய மன்னர்கள் இந்த தேசத்தின் மொழியையும் இலக்கியத்தையும் கற்றுக் கொள்வதில் பெரு விருப்பம் கொண்டிருந்தார்கள். பாபர் மிகப் பெரிய அறிஞர், கவிஞர். அவர் தன் வாழ்க்கை வரலாற்றை துருக்கி மொழியில் எழுதினார். அது பெர்ஷிய மொழியில்

மொழிபெயர்க்கப்பட்டது. இரண்டு மொழிகளிலும் அவர் கவிதை எழுதக் கூடியவராக இருந்தார். அவரது புதல்வர் ஹுமாயூன் வான சாஸ்திரம், கணிதம், தத்துவம், பூகோளம் ஆகியவற்றில் வல்லுநர். ஜஹாங்கீர், ஷாஜஹான், ஔரங்கசீப் மூவரும் கூட அறிஞர்களே. ஷாஜஹானின் மகள் ஜஹனாராவும், ஔரங்கசீப்பின் மகள் ஜெபுன்னிஸாவும் கவிஞர்கள். இந்தப் பரம்பரையில் அக்பர் மட்டுமே படிக்காதவர். அதனால்தான் அவர் வரலாற்றை அபுல் ஃபாஸல் எழுத வேண்டி வந்தது.

மொகலாய மன்னர்கள் எழுதிய, அவர்களைப் பற்றி எழுதப்பட்ட வரலாற்று நூல்கள் சுமார் ஆயிரம் ஆண்டு வரலாற்றைப் பதிவு செய்கின்றன. இது தவிர முகமது பின் துக்ளக்கின் காலத்தில் இந்தியாவுக்கு வந்த இப்ன் பதூதா போன்ற பயணிகள் எழுதிய குறிப்புகளும் அந்தக் கால கட்டத்தைப் பற்றி அறிந்து கொள்ள உதவுகின்றன. தாரா ஷுகோவின் அரசவையிலும் பிறகு ஔரங்கசீப்பின் அரசவையிலும் மருத்துவராக இருந்த ஃப்ரான்ஸ்வா பெர்னியே (Francois Bernier) என்ற ஃப்ரெஞ்சுக்காரர், அவர் இந்தியாவில் இருந்த 12 ஆண்டுகளைப் பற்றி இரண்டு பயண நூல்களை எழுதியிருக்கிறார்.

ஔரங்கசீப் தவிர மற்ற மொகலாய மன்னர்களின் ஆட்சியில் இந்து அறிஞர்கள் பலர் மதரஸாக்களில் பெர்ஷிய மொழியைக் கற்றுக் கொண்டார்கள். அதேபோல் இஸ்லாமிய அறிஞர்கள் சம்ஸ்கிருதத்தைக் கற்றனர். மகாபாரதத்தை சம்ஸ்கிருதத்திலிருந்தே பெர்ஷியனுக்கு மொழிபெயர்த்தவர்கள் நக்கி கான், பதாய்னி, அபுல் ஃபாஸல். ராமாயணத்தை சம்ஸ்கிருதத்திலிருந்து மொழிபெயர்த்தவர் பதாய்னி. இவர் அதர்வ வேதத்தின் பெரும்பகுதியை பெர்ஷியனில் மொழிபெயர்த்தார். மீதியை மொழிபெயர்த்தவர் ஹாஜி இப்ரஹீம். இது அனைத்தும் அக்பர் காலத்தில் நடந்தது. உபநிஷத்துகள் மற்றும் பகவத் கீதை மொழிபெயர்ப்பு ஷாஜஹானின் புதல்வர் தாரா ஷுகோவின் காலத்தில் நடந்தது.

ஆனால் இன்று சம்ஸ்கிருதம், உர்தூ, அரபி போன்ற மொழிகளைக் கற்றுக் கொள்ள நாம் ஆர்வம் காட்டுவதில்லை. பிற மொழிகளை தூஷணை செய்வதுதான் தாய்மொழியின் மீதான நம்முடைய பற்றுக்கு அடையாளம் என்று நம்புகிறோம். போகட்டும். நான் சொல்ல வந்தது இது அல்ல. வரலாற்று உணர்வும் அது பற்றிய பதிவுகளும்.

ப்ளேக் நோய்க்கே திரும்பவும் வருவோம். 1360 இலிருந்து 1660 வரையிலான கால கட்டத்தில் மொத்தம் 110 ஆண்டுகள் விட்டு விட்டு ப்ளேக் நோய் ஐரோப்பாவைத் தாக்கிக் கொண்டே இருந்தது. மக்கள் தொகையில் பாதி பேர் அந்த நோயினால் மாண்டனர். 1628

முதல் 1631 வரை ஃப்ரான்ஸில் மட்டுமே பத்து லட்சம் பேரை ப்ளேக் பலி வாங்கியது. நாம் ஆரம்பத்தில் பார்த்த டேனியல் டீஃபோ 1660 இல் பிறந்தவர். 1665இல் லண்டனில் ப்ளேக் நோய் வந்த போது டீஃபோ ஐந்து வயதுச் சிறுவன். அந்தச் சிறிய வயதில் அவர் கண்ட காட்சிகள் அவர் மனதில் சித்திரங்களாகப் பதிந்து விடுகின்றன. பிறகு பல ஆண்டுகள் கழித்து அவருடைய உறவினரான ஹென்றி ஃபோவின் குறிப்புகளையும் அடிப்படையாகக் கொண்டு ப்ளேக் ஆண்டின் குறிப்புகளை எழுதினார் டேனியல் டீஃபோ. 1665இல் லண்டனின் மக்கள் தொகை ஆறு லட்சம். அதில் ஒரு லட்சம் பேர் ப்ளேக் நோயால் இறந்தனர். மீதி ஐந்து லட்சம் பேரும் கூடத் தப்பியது எப்படியென்றால், அவர்களில் பெரும்பான்மையினர் – அப்போது மன்னராக இருந்த இரண்டாம் சார்லஸ் உட்பட – வெளியூர்களுக்கு ஓடி விட்டனர். ஊரில் இருந்த ஒரே முக்கியஸ்தர் லண்டனின் மேயர் மட்டுமே. "ஒரு வீட்டில் ப்ளேக் நோய் வந்தால் அந்த வீட்டை விட்டு யாரும் 40 நாட்களுக்கு வெளியே வரக்கூடாது; வெளியிலிருந்தும் யாரும் அந்த வீட்டுக்குள் போகக் கூடாது," என்ற சட்டம் அப்போது லண்டனில் அமலில் இருந்தது.

இதையெல்லாம் படித்த போது நம் தமிழர்களின் வரலாற்றை யாரேனும் எழுதியிருக்கிறார்களா என்று யோசித்தேன். சங்க காலத் தமிழனின் வாழ்க்கை எப்படி இருந்தது? பாரியின் புதல்விகளை அழைத்துக் கொண்டு கபிலர் ஊர் ஊராகத் திரிந்தாரே? பிறகு ஒரு அந்தணனிடம் விட்டு விட்டுத் தற்கொலை செய்து கொண்டார் என்கிறார்களே? எட்டாம் நூற்றாண்டில் வாழ்ந்த நந்தன் என்ற தாழ்த்தப்பட்டவன் எப்படி இறந்தான்? கோவிலுக்குள் நுழைய முடியாததால் தற்கொலை செய்து கொண்டானா? பக்திக் கொழுந்தான நந்தனுக்கே இந்தக் கதி என்றால் மற்ற தாழ்த்தப்பட்ட மனிதர்கள் எந்த நிலையில் வாழ்ந்தார்கள்? 'ஒவ்வொரு ஜாதிக்கும் ஒரு தொழில் இருந்தது, அவ்ளோதான், மற்றபடி எல்லாம் சுகமே' என்கிறார்களே சிலர், அது எவ்வளவு தூரம் உண்மை? ராஜராஜ சோழன் காலத்தில் ஒரு சாதாரண பிரஜை எப்படி வாழ்ந்தான்? 1638இல் தில்லியில் ஷாஜஹானாபாத் (இப்போதைய பழைய தில்லி) உருவாக்கப்பட்ட இரண்டு ஆண்டுகளில் மதறாஸில் ஜார்ஜ் டவுன் வந்தது என்கிறது வரலாற்றுக் குறிப்பு. அப்போதைய சென்னை வாழ் சராசரிகளைப் பற்றித் தெரிந்து கொள்ள என்ன நூல்கள் உள்ளன? அப்போதும் சேரிகள் இருந்தனவா?

டேனியல் டீஃபோவைப் படித்த போது இப்படி ஆயிரம் கேள்விகள் எனக்குள் எழுந்தன. கொச்சி வழியாக தென்னிந்தியாவுக்கு வந்த பாதிரிகள் அப்போதைய சராசரி மனிதனின் வாழ்க்கையைப் பற்றி

நிறைய எழுதியிருக்கிறார்கள். அவையெல்லாம் இப்போது ஐரோப்பிய நாடுகளின் கருவூலங்களில் இருக்கின்றன. அவற்றைப் பிரதி எடுத்தால் கூட நம்முடைய பிற்காலத்திய வரலாற்றை ஓரளவுக்கு எழுதி விடலாம். மற்றபடி நீலகண்ட சாஸ்திரி போன்ற வரலாற்று ஆய்வாளர்களிடம் என் கேள்விகளுக்கான பதில் கிடைக்கவில்லை.

நம்மிடம் ஏன் வரலாற்று உணர்வு இல்லை என்பதற்கு சமீபத்தில் நான் ஷதாப்தி ரயிலில் திருப்பூருக்குச் சென்ற போது விடை கிடைத்தது. என் எதிரே அமர்ந்திருந்த ஒரு வயதான தம்பதியினர் என்னை நலம் விசாரித்தனர். அகமகிழ்ந்தேன். ஆனால் அவர்களின் இரண்டாவது கேள்வி என்னைச் சற்று குழப்பியது. "மனுஷ்ய புத்திரன் சௌக்கியமா?" என்பது அந்தக் கேள்வி. "ஓ, கவிதை எல்லாம் படிக்கிறார்களா?" அவர்களின் மூன்றாவது கேள்வி என்னை மேலும் குழப்பியது. "கோபிநாத் எப்படி இருக்கிறார்?" அடடா, கோபிநாத்தும் கவிதை எழுத ஆரம்பித்து விட்டாரா என்று யோசித்தேன். பிறகுதான் அவர்களின் அடுத்தடுத்த கேள்விகளில் எனக்கு விஷயம் புரிந்தது. மூவரையும் அவர்கள் தொலைக்காட்சியில் பார்த்திருக்கிறார்கள். ஆனாலும் நான் ஆடிக்கொரு முறை, அமாவாசைக்கு ஒருமுறைதானே தொலைக்காட்சியில் தலை காண்பிக்கிறேன்? எந்த நிகழ்ச்சியையும் விடாமல் பார்ப்பார்கள் போலிருக்கிறது.

என் புத்தகம் ஏதாவது படித்திருக்கிறீர்களா என்று கேட்டேன்.

பதில்: "ஓ, புஸ்தகம்லாம் எழுதுவீங்களா? என்னா புஸ்தகம் எழுதுவீங்க?"

நான்: "சும்மா அப்பப்ப எதாச்சும் எழுதுவேன்."

ஆனால் அவர்கள் அடுத்து கேட்ட கேள்வி செம ரகளை. "காசு வரும்ல?"

ஆக, புத்தகத்தையே கண்ணால் பார்த்திராதவர்களுக்குக் கூட புத்தகம் எழுதினால் காசு வருமா வராதா என்ற சந்தேகம் உண்டாகிறது. எழுத்தாளர்களுக்கு ஒளிமயமான எதிர்காலம் தெரிகிறது!

ஆக, ஒரு எழுத்தாளனைக் கூட தொலைக்காட்சி நிகழ்ச்சியின் மூலமே அறிந்து கொள்ளக் கூடிய ஒரு சமூகத்தில், சோழன் காலத்து சராசரி மனிதன் எப்படி வாழ்ந்தான் என்று தெரிந்து கொள்ள விழைவது ரொம்பத் தப்புதான் இல்லையா?

மார்ச் 5, 2015

11.) ஒரு கடற்கொள்ளையர், ஒரு நண்பர், ஒரு தோழி!

பெயர்: Alexander Selkirk. பிறப்பு 1676, இறப்பு 1721. ஸ்காட்லாந்தைச் சேர்ந்த ஒரு கடல் கொள்ளைக்காரர். அந்தக் காலத்தில் கடல் கொள்ளை பரவலாக இருந்தது. குறிப்பாக – ஐரோப்பியருக்குத் தென்னமெரிக்க கண்டம் என்பதே ஒரு தங்கச் சுரங்கமாகத் தெரிந்ததால் – போர்த்துக்கீசியரும், ஃப்ரெஞ்சுக்காரர்களும், ஸ்பானியர்களும், ஆங்கிலேயரும் தென்னமெரிக்காவைச் சுற்றியிருந்த கடல் பகுதிகளிலும் நிலப்பகுதியிலும் சண்டையிட்டுக் கொண்டனர். வேட்டையாடப்பட்ட விலங்கைத் தின்ன பல மிருகங்கள் எப்படிச் சண்டையிட்டுக் கொள்ளுமோ அதைப் போன்றதுதான் அந்தச் சண்டையும் என்பதை சொல்லத் தேவையில்லை. அல்லது, தமக்குச் சொந்தமில்லாத பொருளைப் பகிர்ந்து கொள்ள பல திருடர்களுக்குள் நடக்கும் சண்டை. இன்றைய காலகட்டத்தில் மனித வாழ்க்கையின் பல மாண்புகளைப் பேணுகின்ற மேற்கு ஐரோப்பிய நாடுகள் பல, இரண்டு மூன்று நூற்றாண்டுகளுக்கு முன்பு இப்படித்தான் இருந்தன. பசிஃபிக் பெருங்கடல்தான் உலகப் பரப்பில் மிக விரிந்து கிடக்கும் கடல். வரைபடத்தைப் பார்த்தால் தெரியும். அமெரிக்க கண்டத்தின் இடது பக்கத்திலிருந்து நியூஸிலாந்து, ஆஸ்திரேலியா, மேலே சீனா வரை விரிந்து கிடக்கும் நீர்ப்பரப்பே பசிஃபிக் பெருங்கடல். இதில் தென்னமெரிக்காவின் நில, நீர்ப் பரப்புதான் ஐரோப்பியர்களின் வேட்டைக் களன். கடல் கொள்ளையர்கள் தென்னமெரிக்க நிலங்களைப் பிடித்துத் தங்கள் நாட்டு ஆதிகாரத்தை நிறுவிக் கொண்டிருந்ததால், கொள்ளையராக இருந்தாலும் அவர்களுக்கு அந்தந்த அரசாங்கங்களின் ஆதரவும் இருந்தன.

ஸ்காட்லாந்தில் ஒரு ரவுடி இளைஞனாக வளர்ந்தார் செல்கர்க். அதனால் ஊரில் இருக்க முடியாமல் ஒரு ஆங்கிலேயே கடல் கொள்ளைக் கும்பலோடு 1703ஆம் ஆண்டு தென்னமெரிக்கா கிளம்பினார். 1704 இல் ஹுவான் ஃபெர்நாந்தஸ் தீவுக் கூட்டத்தின் (Juan Fernandez

Islands) அருகே சென்ற போது கப்பலில் ஏற்பட்டிருந்த வெடிப்பைக் கண்ட செல்கர்க் இனிமேல் இந்தக் கப்பலில் செல்வது ஆபத்து என உணர்ந்தார். (ஹுவான் ஃபெர்னாந்தஸ் தீவுக் கூட்டம் சிலேவிலிருந்து 670 கி.மீ. தூரத்தில் உள்ளது.) செல்கர்க் சொன்னதை கேப்டன் கேட்கவில்லை. 'இப்படி ஒரு ஆபத்தான கப்பலில் செல்வதை விட இந்தத் தீவுக் கூட்டத்திலேயே இறங்கி விடலாம்,' என்று நினைத்தார் செல்கர்க். 'அப்படியானால் தொலை,' என்று அவரை அங்கேயே ஒரு தீவில் இறக்கி விட்டார் கேப்டன். ஆனால் செல்கர்க்கின் பேச்சைக் கேட்காமல் மேலே பயணம் செய்த கேப்டனின் கப்பல் கடலில் மூழ்கி விட இருந்த நிலையில் ஒரு ஸ்பானியக் கப்பலில் தஞ்சமடைய, ஸ்பானியர்கள் கேப்டனையும் மற்றவர்களையும் சிறைப் பிடித்து பெருவுக்கு அழைத்துச் சென்று கடும் தண்டனைகளைக் கொடுத்தனர்.

ஹுவான் ஃபெர்னாந்தஸ் தீவுகளில் அப்போது மனிதர்கள் யாரும் வசிக்கவில்லை. அந்தப் பக்கமாகச் செல்லும் மாலுமிகள் அங்கே தண்ணீருக்காகவோ உணவுக்காகவோ எப்போதாவது இறங்குவார்கள். அதோடு சரி. ஆனால் அதிலும் ஒரு ஆபத்து இருந்தது. அங்கே யாரேனும் பூர்வகுடிகள் இருந்தால் அவர்கள் இந்த அந்நிய 'வெள்ளைக்காரர்களைக்' கண்டால் நெருப்பிலிட்டு சுட்டுச் சாப்பிட்டுவிடுவதுண்டு. இப்படி மனித மாமிசத்தை உண்ணும் பூர்வகுடிகளைக் காட்டுமிராண்டிகள் என்று வர்ணித்தார்கள் ஐரோப்பியர்கள். ஆனால் காட்டுமிராண்டித்தனத்தில் அந்தப் பூர்வகுடிகளுக்கு ஐரோப்பியர்களும் எந்த விதத்திலும் குறைந்து விடவில்லையே? பூர்வகுடிகளைக் கண்டாலே அவர்களை விலங்குகளைப் பிடிப்பது போல் வேட்டையாடிப் பிடித்து பணத்துக்கு விற்றார்கள் ஐரோப்பியர்கள். அல்லது, அவர்களை மதம் மாற்றி, தங்கள் அடிமைகளாக வைத்துக் கொண்டார்கள். இப்படி வேட்டையாடப்பட்ட கறுப்பின மனிதர்கள் ஆஃப்ரிக்காவிலிருந்து கப்பல் கப்பலாக அமெரிக்க கண்டத்துக்குக் கொண்டு செல்லப்பட்டார்கள். இந்த வரலாற்றை அலெக்ஸ் ஹெய்லி எழுதிய *வேர்கள்* என்ற நாவலில் காணலாம். ஆக, நாகரீகம் அடைந்ததாகச் சொல்லிக் கொண்ட ஐரோப்பியர்கள் கறுப்பின மக்களை வேட்டையாடி அடிமைகளாக விற்பதும், கறுப்பின மக்கள் வெள்ளையர்களைக் கண்டால் சுட்டுத் தின்பதுமாக நடந்து கொண்டிருந்தது. செல்கர்க் இறங்கிய தீவில் அப்படிப்பட்ட மனிதக் கறி தின்னும் மனிதர்கள் இல்லை.

ஆரம்பத்தில் சில தினங்கள் கடற்கரை அருகிலேயே இருந்து அங்கே கிடைக்கும் சிப்பிகளைத் தின்று வாழ்ந்தார் செல்கர்க். ஆனால் கடற்கரை ஓரங்களில் நீரிலும் நிலத்திலும் வாழக் கூடிய நீர்நாய்கள் (Seal) ஆயிரக்கணக்கில் இருந்ததால் அவற்றின் சத்தத்தில் அவரால்

உறங்க முடியவில்லை. தீவின் உள்ளே சென்றதும் அவருக்குக் கொஞ்சம் ஆறுதல் கிடைத்தது. முன்பு எப்போதோ மாலுமிகள் விட்டுச் சென்ற ஆடுகள் இனப்பெருக்கம் செய்து பெருத்திருந்தன. கப்பலிலிருந்து கொண்டு வந்த சில ஆயுதங்களும் இருந்தன. அதைக் கொண்டு உணவு, உடை ஆகிய இரண்டு கவலைகள் தீர்ந்தன. அவருடைய தந்தை தோல் பதனிடும் தொழிலாளி என்பதால் செல்கர்க்குக்கு ஆட்டுத் தோலிலிருந்து தனக்கான கம்பளி ஆடைகளையும் செருப்பையும் செய்து கொள்ள முடிந்தது. அங்கிருந்த மிளகு மரங்களை வெட்டி இரண்டு சிறிய மரக் குடிசைகளையும் கட்டிக் கொண்டார். சமையலுக்கு ஒன்று, தூங்குவதற்கு ஒன்று. தீவில் எலிகள் அதிகம் இருந்தன. அதிலிருந்து தப்ப பூனைகளை வளர்க்க ஆரம்பித்தார். இடைக்காலத்தில் இரண்டு கப்பல்கள் தீவுக்கு வந்தன. ஆனால் அந்த மனிதர்களிடம் சிக்காமல் அவர் மறைந்து கொள்ள வேண்டியிருந்தது. காரணம், அவர்கள் ஸ்பானியர்கள். அவர்களிடம் சிக்கினால் ஒன்று, சுட்டு விடுவார்கள்; அல்லது, சிறை. சரியாக நான்கு ஆண்டுகள், நான்கு மாதங்கள் கழிந்து 1709ஆம் ஆண்டு ஃபெப்ருவரியில் ஒரு பிரிட்டிஷ் கப்பல் அந்தத் தீவுக்கு வந்தது. அதன் கேப்டன்தான் செல்கர்க்கைக் காப்பாற்றினார். அவர் பெயர் வூட்ஸ் ரோஜர்ஸ். அவர் எழுதி 1712இல் வெளியான A Cruising Voyage Round The World என்ற புத்தகம் தான் 1719இல் வெளிவந்து இன்று வரை உலக மக்களால் விரும்பிப் படிக்கப்படும் ராபின்ஸன் க்ரூஸோ என்ற நாவலுக்கான கதைக் களனையும் உந்துதலையும் அளித்தது.

ரோஜர்ஸால் காப்பாற்றப்பட்ட செல்கர்க் அதன் பிறகும் தென்னமெரிக்காவிலேயே சுற்றி அலைந்து, ஸ்பானியப் பெண்களின் தங்க நகைகளையெல்லாம் கொள்ளை அடித்துக் கொண்டு இங்கிலாந்து திரும்பினார். அவர் அங்கிருந்து கிளம்பி அப்போது எட்டு ஆண்டுகள் ஆகியிருந்தன. அதன் பிறகும் அவரால் அங்கேயே இருக்க முடியவில்லை. ஒரு அடிதடி சண்டையில் மாட்டி இரண்டு ஆண்டுகள் சிறைவாசம். பிறகு மீண்டும் ஒரு கடல் பயணம் மேற்கொண்ட போது மேற்கு ஆஃப்ரிக்கக் கடற்கரை ஓரத்தில் மஞ்சள் காமாலை வந்து இறந்து போனதால் அவர் உடல் கடலிலேயே தூக்கி எறியப்பட்டது.

***

என் நண்பர் கோவிந்தன் மிகவும் வருத்தத்துடன் சொன்னார். அவர் மகள் வேறு சாதியைச் சேர்ந்த ஒருவரைக் காதலிக்கிறாள். விரைவில் திருமணம்.

“இதில் வருத்தப்பட என்ன இருக்கிறது? இந்தக் காலத்திலுமா சாதியெல்லாம் பார்க்கிறீர்?” என்றேன்.

"இவளோ பூண்டு வெங்காயம் கூட சாப்பிட மாட்டாள். அந்தப் பையன் பன்றிக் கறியெல்லாம் உண்பான்."

"அதனால் என்ன? உலகம் முழுவதும் பல நாடுகளில் பன்றிக் கறி தின்கிறார்கள். அவர்களெல்லாம் கெட்டா போய்விட்டார்கள்?"

"சரி, அதை விடுங்கள். அவனுக்கு சரியான வேலை கிடையாது. திருமணம் செய்து கொண்டு இவள் பட்டினி கிடக்க வேண்டியிருக்கும். உடுத்த சரியான ஆடை கூடக் கிடைக்காது. மிகவும் நல்ல நிலையில் வளர்ந்தவள். இனி என்ன பாடு படப்போகிறாளோ?"

அந்தப் பெண்ணையும் நான் அறிவேன். மிகுந்த திறமைசாலி. நன்கு படித்தவர். 29 வயதான அந்தப் பெண்ணுக்குத் தன் வாழ்க்கையைப் பற்றியும் வாழ்க்கைத் துணை பற்றியும் யோசிக்கத் தெரியாதா? ஏன் அவருடைய வாழ்க்கையையும் பெற்றோர் எனப்படும் ஜீவன்கள் இப்படிச் சுமந்து கொண்டு திரிகிறார்கள்? சமீபத்தில் அமேதிஸ்ட் என்ற உணவு விடுதியில் க்ளாரா என்ற ஜெர்மன் பெண்ணோடு பேசிக் கொண்டிருந்தேன். இனியா என்ற அவருடைய ஐந்து வயதுப் பெண் குழந்தையும் உடன் இருந்தாள். க்ளாரா ஒரு தமிழ் ஆர்வலர். மாலை ஐந்திலிருந்து ஏழரை வரை பேசினோம். அதுவரை இனியாவை க்ளாரா ஒரு வார்த்தை சொல்லவில்லை. இவ்வளவுக்கும் இனியா திடீர் திடீரென்று காணாமல் போய் விடுவாள். ஆனால் க்ளாரா பதற்றம் அடைய மாட்டார். அமெதிஸ்ட் உணவகம் முழுவதும் மரம் செடி கொடிகள் சூழ்ந்திருக்கும். அதையெல்லாம் போய் வேடிக்கை பார்த்து விட்டு வருவாள் இனியா. திடீரென்று பக்கத்திலிருந்த ஒரு பூச்செடியில் இருந்த பூவைப் பறித்து 'எனக்கே தெரியாமல்' என் தலையில் வைத்து விட்டு, க்ளாராவின் கையிலிருந்த கேமராவை வாங்கிப் புகைப்படம் எடுத்து என்னிடம் காண்பித்தாள். நான் ஆச்சரியப்பட்ட போது விழுந்து விழுந்து சிரித்தாள். அவளுக்குத் தெரிந்த குறைந்த ஆங்கிலத்தில் ஹௌ ஓல்ட் ஆர் யூ என்று கேட்டாள். சிக்ஸ்டி டூ என்றேன். புரியவில்லை. உடனே ஆறு விரல்களையும் அதன் பிறகு இரண்டு விரல்களையும் காட்டினேன். ஜெர்மனிலேயே என்னென்னவோ சொல்லி ஆச்சரியப்பட்டாள். பார்த்தால் அப்படித் தெரியவில்லையாம். இப்படி நானும் இனியாவும் பேசியவை இரண்டு மூன்று தடவைகள் தாம். மற்றபடி க்ளாராவும் நானும் பேசிக் கொண்டிருந்த இரண்டரை மணி நேரத்தில் இனியாவை க்ளாரா இதைச் செய்யாதே, அதைச் செய்யாதே என்று சொல்லித் துன்புறுத்தவே இல்லை. யோசித்துப் பாருங்கள். நம்முடைய குழந்தைகளை நல்லவிதமாக வளர்ப்பதாக நினைத்துக் கொண்டு எத்தனை Do's and Don'ts -ஐ நாம் அவர்கள் மீது திணிக்கிறோம். ஒரு குழந்தைக்கு நான் ஏதோ ஒன்றைக் கொடுக்கிறேன். குழந்தையும் வாங்கிக் கொள்கிறது. உடனே அங்கே

சுற்றியிருக்கும் பெற்றோரும் உறவினரும் பதறியபடி, "அங்கிளுக்கு தேங்க்ஸ் சொல்லு, அங்கிளுக்கு தேங்க்ஸ் சொல்லு" என்று சொல்லி அந்தக் குழந்தையை வறுத்து எடுத்து விடுகிறார்கள். குழந்தையும் கோணியபடி தேங்க்ஸ் என்று முனகிவிட்டு அந்த இடத்திலிருந்தே ஓடி விடும். இல்லாவிட்டால் தேங்க்ஸ் சொல்லாமல் வெறுமனே நிற்கும். அப்படி நின்றால் பெற்றோர் அந்தக் குழந்தையைச் செய்யும் ஆக்கினை இருக்கிறதே, இவர்களையெல்லாம் சிறுவர் வன்கொடுமைச் சட்டத்தின் படி உள்ளே தள்ளினால் என்ன என்று தோன்றும். நானும், க்ளாராவும், இனியாவும் ஒன்றாக இருந்த இரண்டரை மணி நேரத்தில் அப்படி ஒருமுறை கூட நடக்கவில்லை. வேண்டுமென்றே நான் ஒரு தின்பண்டத்தைத் தருவித்து இனியாவிடம் கொடுத்தேன். அவளும் வாங்கிக் கொண்டாள். 'தாங்க்க' (Danke) சொல்லவில்லை. க்ளாராவும் 'தாங்க்க' சொல்லச் சொல்லி இனியாவைச் சித்ரவதை செய்யவில்லை. விளையாடியது போக இனியா தன் ஓவிய நோட்டுப் புத்தகத்தை வைத்துக் கொண்டு மேலும் சில படங்களை வரைந்தாள். இன்னொரு முக்கியமான விஷயம். அந்த நோட்டுப் புத்தககத்தை வாங்கி என்னிடம் கொடுத்து, "இனியாவைப் போல் படம் வரைவதற்கு இந்த உலகத்திலேயே ஆள் இல்லை" என்றெல்லாம் க்ளாரா பீற்றிக் கொள்வார் என்று எதிர்பார்த்தேன். அதுவும் நடக்கவில்லை. இனியா பற்றி க்ளாரா ஒரு விஷயம் கூட ஆச்சரியமாகக் கூறவில்லை. திருமணம் ஆகி குழந்தையும் இருக்கும் தம்பதிகளிடம் நான் அதிகம் பழகுவதில்லை. மீறிப் பழகினால் அவர்கள் தங்கள் குழந்தைகளைப் பற்றி அடித்துக் கொள்ளும் பெருமை இருக்கிறதே, பயங்கரம், அதி பயங்கரம். "இந்த வயதிலேயே என்னமா துருதுரு என்று இருக்கிறான்!" "என்னமா இங்கிலீஷ் பேசுகிறான்!" "எல்லா இசைப் போட்டிகளிலும் முதல் பரிசு!" "என்னமா கிரிக்கெட் விளையாடுகிறான்!" "எல்லாவற்றிலும் ஃபர்ஸ்ட்!" இது எல்லாவற்றிலும் டாப் எது தெரியுமா? சமீபத்தில் ஒரு தாய் சொன்னதுதான். 29 வயதான தன் மகனைப் பற்றி சொன்னார்: உண்மையிலேயே என் பையன் மகாத்மா தான்! (ஐயோ, இந்த வாரம் *புதிய தலைமுறை* பிரதியை வீட்டில் ஒளித்து வைக்க வேண்டும்! இதைச் சொன்னது என் மனைவி அவந்திகா! எங்கள் புதல்வனைப் பற்றி!)

பின்குறிப்பு: அலெக்ஸாண்டர் செல்கர்க், கோவிந்தன், க்ளாரா மூவரையும் இணைக்கும் ஒரு சரடு இருக்கிறது. அது பற்றி அடுத்த வாரம்...

மார்ச் 12, 2015

12.) காஃபி ஷாப்பில் குற்றாலக் குறவஞ்சி

க்ளாரா ஒரு ஆராய்ச்சி மாணவி. வயது 45. கணவருக்கு ஊர் சுற்றும் வேலை என்பதால் மகளையும் மகனையும் அழைத்துக் கொண்டு தமிழ்நாடு வந்து விட்டார். மகன் பெயர் அன்புச் செல்வன். அன்பு ஆறாம் வகுப்பு. இனியா முதல் வகுப்பு. க்ளாராவுக்கு இங்கே ஆறு மாதம் ஆராய்ச்சி. குழந்தைகளின் படிப்பு? இங்கே உள்ள மாண்டிஸோரியில் படித்துக் கொள்ளலாம். அந்தப் பள்ளியில் உலகம் முழுவதும் ஒரே பாடத் திட்டம்தான். க்ளாரா இங்கே இருக்கும் வரை குழந்தைகளும் இங்கே படிப்பார்கள். க்ளாரா பெர்லின் கிளம்பியதும் குழந்தைகளின் படிப்பு பெர்லினில் தொடரும். படிப்புக்குப் பாதகம் இல்லை. ஒரு இந்தியப் பெண்ணுக்கு இதெல்லாம் – 40 வயதில் குழந்தை பெற்றுக் கொள்வதும், 45 வயதில் ஆராய்ச்சி மாணவியாக இருப்பதும், இரண்டு குழந்தைகளோடு வெளிநாடு சென்று மூன்று பேரின் படிப்பைத் தொடர்வதும் – சாத்தியமா என்று யோசியுங்கள். ஏன் சாத்தியம் இல்லை என்று பார்ப்போம். அதைத்தான் அலெக்சாண்டர் செல்கர்க், க்ளாரா, கோவிந்தன் ஆகிய மூவரையும் இணைக்கும் சரடு என்று முந்தைய கட்டுரையில் குறிப்பிட்டேன்.

க்ளாராவின் ஆராய்ச்சி முடிந்து விட்டதால் குழந்தைகளுடன் பெர்லின் கிளம்புகிறார். அதற்காகக் குழந்தைகளின் நண்பர்களுக்கு ஒரு பீட்ஸா கடையில் பிரிவு உபசார விருந்து. அன்புவுக்கும் இனியாவுக்கும் பல வகுப்புகளில் நண்பர்கள் இருப்பது தெரிந்தது. வழக்கம் போல் பையன்கள் கத்தி களேபரம் செய்ய பெண் குழந்தைகள் சமர்த்தாக அமர்ந்து கிசுகிசுக்கும் குரலில் பேசிக் கொண்டிருந்தனர். (எல்லாமே ஆங்கிலத்தில்தான். மருந்துக்குக் கூட என் செவிகளில் தமிழ் கேட்கவில்லை. இவ்வளவுக்கும் அன்பு, இனியா இருவரையும் தவிர மற்ற சிறார்கள் அனைவரும் தமிழர்கள்!) பத்தாம் வகுப்பு படிக்கும் பெர்னத், தான் ஜெர்மன் மொழியில் எழுதிய ஒரு கடிதத்தை மலர்க் கொத்துடன் க்ளாராவிடம் கொடுத்தாள். பெர்லினை விட இந்தியாவில் பாடத் திட்டம் சற்று கடுமையாக இருப்பதாகச் சொன்னார் க்ளாரா.

அதேபோல் ‘டிஸிப்ளினு’ம். சிறிது நேரம் கழித்து குழந்தைகளை அழைத்துச் செல்ல அவர்களின் பெற்றோர் வந்தனர். நான் கவனித்த வரை எந்தப் பெற்றோரும் இனியா மற்றும் அன்புவிடம் சகஜமாகப் பழகவில்லை. ஒருவர் அன்புவின் தலையில் கை வைத்து, “காட் ப்ளெஸ் யூ” என்றார். அன்பு மிரட்சியுடன் பார்த்தான். எல்லா பெற்றோருமே இனியாவின் கன்னத்தை அன்புடன் லேசாகக் கிள்ளி ஹெள ஆர் யூ என்றார்கள். (அமேதிஸ்டில் சந்தித்த அன்று இனியாவுக்கு நான் முத்தம் தந்த போது, “இங்கே உள்ள பெரியவர்கள் கன்னத்தைக் கிள்ளிதான் எனக்கு ஹலோ சொல்கிறார்கள்” என்று கலகலவென்று சிரித்துக்கொண்டே சொன்னாள். நானும் அப்படியே கிள்ளுவேன் என்று எதிர்பார்த்தாளாம்!) பெரியவர்கள் அப்படிக் கிள்ளும் போது இனியா என்னைப் பார்த்து கண்களைச் சிமிட்டினாள்.

பையன்கள் விழுந்து புரண்டு விளையாடுவதற்கு ஏதுவாக ஒரு இடத்தில் சிறுசிறு பந்துகள் போடப்பட்டிருந்தன. அதில் ஒன்றிரண்டு பந்துகள் என் பக்கம் வந்து விழுந்து விட்டன. அதை எடுத்த பெர்னத் சிறுவர்கள் விளையாடும் இடத்தில் கொண்டு போய்க் கொடுக்க நினைத்தாள். ஆனால் அவள் போக முடியாமல் அங்கே நின்றபடி க்ளாராவும் பெர்னத்தின் அம்மாவும் பேசிக் கொண்டிருந்தார்கள். பெர்னத் அவர்களை நகரச் சொல்லி சொல்லாமல் தன் இடத்திலேயே நின்று கொண்டிருந்தாள். அவர்களும் அவளை கவனிக்கவில்லை. ஆனால் நான் இதை கவனித்துக் கொண்டிருந்தேன். ஐந்து நிமிடம் கழிந்தது. அப்படியும் பந்துகளைக் கையில் வைத்தபடி நின்றுகொண்டிருந்தாள் பெர்னத். பிறகுதான் அவளை கவனித்த க்ளாரா, நாற்காலியைக் காண்பித்து அமரச் சொன்னார். அப்போதுதான் பெர்னத் விஷயத்தைச் சொன்னாள். வழி கிடைத்தது. மேட்டுக்குடியில் வளரும் குழந்தைகளின் நளினமான நடையுடை பாவனைகளுக்கு இது ஒரு உதாரணம்.

கிளம்பும் போது இரண்டு சம்பவங்கள் நடந்தன. அதுவரை என்னிடம் எதுவுமே பேசாத பெர்னத்தின் அம்மா என்னை நோக்கி, “நீங்கள் மேடத்தின் கைடா?” என்று கேட்டார். ஆமாம் என்று தலையசைத்தேன். ஏனென்றால், வேறு எந்த மாதிரியும் அந்த அம்மணியால் என்னைப் புரிந்துகொள்ள முடியவில்லை. (ஒரு வெள்ளைக்கார ஐரோப்பிய சீமாட்டிக்கு ஒரு கறுப்பு இந்தியன் அதிகபட்சம் கைடாகத்தானே இருக்க முடியும்? நண்பனாக இருக்கும் சாத்தியமே இல்லையே?) இரண்டாவது சம்பவம் இன்னும் முக்கியம். அந்த உணவு விடுதி மேல் தளத்தில் இருந்தது. கீழிருந்து மேலே செல்ல இரும்புப் படிக்கட்டுகள். அதிலும் ஒவ்வொரு கட்டைக்கும் அடுத்த கட்டைக்கும் தொடர்பு இல்லாமல் இடைவெளி இருக்கும். சரியாக வைக்காவிட்டால் கால் இரண்டு படிக்கட்டுகளின் இடையே உள்ள

இடைவெளியில் போய் விழுந்து விடுவோம். இனியாவின் புத்தகப் பை க்ளாராவிடம் இருந்தது. அதை வெகு சகஜமாக க்ளாரா, "இந்தா பெண்ணே உன் பை" என்று இனியாவிடம் கொடுத்து விட்டார். ஆனால் தமிழ்ப் பெற்றோர் அனைவரும் அவரவர் குழந்தைகளின் பைகளைத் தாங்களே சுமந்தபடி வந்தனர். இனியா தன் புத்தகப் பையை எடுத்துக் கொண்டு கவனமாகப் படிகளில் இறங்கி வந்து கொண்டிருந்ததை கவனித்தேன்.

செல்கர்க், கோவிந்தன், க்ளாரா மூவரையும் இணைக்கும் சரடு இதுதான். குழந்தையிலிருந்தே அவர்களை நம்முடைய சொத்தாக பாவிக்கும் நாம் நம்முடைய உயிர் உள்ள வரை அவர்களுடைய வாழ்வின் போக்கைத் தீர்மானிப்பவர்களாக இருக்கிறோம். அதனால்தான் கோவிந்தனுக்குத் தன் மகளின் காதல் திருமணத்தை அங்கீகரிக்க முடியவில்லை. ஐரோப்பாவில் வசிக்கும் நம் இந்தியக் குழந்தைகள் எதிர்கொள்ளும் இன்னொரு பிரச்சினை, கிண்டர் கார்ட்டனில் இந்தியக் குழந்தைகள் சாப்பிடாமல் மக்கர் பண்ணுகின்றன. காரணம், ஐரோப்பியக் குழந்தைகளுக்கு யாரும் ஊட்டி விடுவதில்லை. நம் குழந்தைகள் ஊட்டி விடாமல் சாப்பிடுவதில்லை. இதில் செல்கர்க் எங்கே வருகிறார்? சொல்கிறேன்.

லண்டனிலிருந்து தென்னமெரிக்காவுக்குக் கப்பலில் செல்வது எவ்வளவு ஆபத்து என்று தெரிந்தேதான் செல்கர்க் அந்தப் பயணத்தை மேற்கொண்டார். இவ்வளவுக்கும் தென்னமெரிக்கப் பூர்வகுடிகள் வெள்ளைக்காரர்களைக் கண்டால் அவர்களைக் கொன்று தின்னும் வழக்கம் உடையவர்கள் என்று தெரிந்தும்தான் ஐரோப்பியப் பயணிகள் கடல் கடந்து சென்றார்கள். ஆளில்லா தீவிலிருந்து தப்பி, பிரஸீல் சென்று பெரும் பணத்துடன் லண்டன் திரும்பும் செல்கர்க் அதற்குப் பிறகும் கடல் பயணம் மேற்கொண்டு அந்தப் பயணத்தின் போதுதான் மரணம் அடைகிறார்.

நாணயத்தின் ஒரு பக்கம் இது என்றால் மறு பக்கம் என்ன என்பதையும் பார்ப்போம். பொதுவாக, அமெரிக்காவைத் தெரிந்த அளவுக்கு நமக்கு ஐரோப்பா பற்றித் தெரிவதில்லை. அதிலும் மேற்கு ஐரோப்பா பற்றித் தெரிந்த அளவுக்குக் கிழக்கு ஐரோப்பா நமக்குப் பழக்கம் இல்லை. பெர்லின், ஃப்ராங்ஃபர்ட், லண்டன், பாரிஸ், ரோம், வெனிஸ், நேப்பிள்ஸ், ஜெனிவா, ஆம்ஸ்டர்டாம், ப்ரஸ்ஸல்ஸ், வியன்னா போன்றவை மேற்கு ஐரோப்பாவின் முக்கிய நகரங்கள். ஆனால் பெல்கிரேட் (செர்பியா), புக்காரெஸ்ட் (ரொமானியா), புடாபெஸ்ட் (ஹங்கெரி), கீவ் (உக்ரெய்ன்), லுப்லியானா (ஸ்லொவேனியா) போன்ற நகரங்களைப் பற்றித் தெரிந்து கொள்ள நாம் ஆர்வம் கொள்வதில்லை. இந்த நகரங்களின் சிறப்பு என்னவென்றால், மக்கள் தொகை. இரண்டு, சொர்க்கத்திலிருந்து

கீழே கழன்று விழுந்தது போன்ற தோற்றம். எங்கு பார்த்தாலும் வண்ண வண்ண நிறங்களில் பூக்களையும் இலைகளையும் தாங்கிய மரங்கள். தூசு, மாசு இல்லாத சுற்றுச் சூழல். இதற்கு உதாரணமாக, செக் குடியரசில் உள்ள கார்லோவி வேரி என்ற சிறிய நகரத்தைச் சொல்லலாம். பூந்தோட்ட நகரம். மொத்த மக்கள் தொகையே 50,000 தான். கார், மோட்டார் சைக்கிள் என்று எதுவும் வைத்துக்கொள்ளத் தேவை இல்லாதபடி நகரப் போக்குவரத்துக்கு ட்ராம், பஸ் எல்லாம் உண்டு. ஐரோப்பாவிலேயே மிக அழகான நகரம் என்றால் இதுதான் என்று சொல்வேன்.

கிழக்கு ஐரோப்பாவில் வறுமை உண்டு. என்றாலும் ஆசிய நாடுகளின் வறுமையோடு அதை ஒப்பிட முடியாது. வறுமை என்பதன் அர்த்தமே அங்கே வேறு. குறிப்பாக 60 வயதுக்கு மேற்பட்ட முதியோர் மற்றும் 18 வயதுக்கு உட்பட்ட சிறுவர்களைப் பராமரிக்க போதிய வசதி இல்லை. குடும்பம் என்ற அமைப்பு இந்தியாவில் இறுகிப் போனதன் விளைவை நாம் மேலே பார்த்தோம் அல்லவா? குடும்பம் என்ற அமைப்பே இல்லாமல் போனால் என்ன ஆகும் என்பதற்கு உதாரணம், செர்பியா. 15 இலிருந்து 18 வயதுக்கு உட்பட்ட சிறுமிகளில் 16 சதவிகிதம் பேருக்கு அங்கே குழந்தை இருக்கிறது. தகப்பன் பெயர் தெரியாது. அப்படிப் பிறக்கும் குழந்தைகளை அரசாங்கம்தான் வளர்க்கிறது. இதனால் ஏற்படும் பிரச்சினைகள் செர்பியாவை இன்று உலுக்கிக் கொண்டிருக்கின்றன.

***

சில ஆண்டுகளுக்கு முன் என் தந்தையும் தாயும் ஒருவர் பின் ஒருவராக மரணம் அடைந்தபோது எனக்குள் ஒரு கேள்வி எழுந்தது. என் தந்தையின் தந்தை ஆந்திரப் பிரதேசத்திலிருந்து தமிழ்நாடு வந்தவர். அவர் மனைவி – என் அவ்வா – கேரளத்தைச் சேர்ந்தவர். என் தாய்வழி உறவினர் பர்மாவிலிருந்து வந்த அகதிகள். எப்பேர்ப்பட்ட பூர்வீகம், எத்தனை கதைகள் கிடைத்திருக்கும்! ஆனால் என் அம்மா, அப்பா, அவர்களின் பெற்றோர் ஆகிய இரண்டு தலைமுறை தவிர அதற்கு மேல் எந்த விபரத்தையும் தெரிந்துகொள்ளத் தவறி விட்டேன். இப்போது யாரிடமும் கேட்க முடியாது. அந்தத் தருணத்தில்தான் எனக்கு வரலாற்றின் மீது ஆர்வம் ஏற்பட்டது. அதிலும் பயணம் சார்ந்த வரலாறு என்றால் இன்னும் பிடிக்கும். ராபின்சன் க்ரூஸோ தன் பயணத்தின்போது Canary Islands-இல் ஒரு மொராக்கோ தேசத்தவனிடம் மாட்டி மூன்று ஆண்டுகள் அடிமையாக இருந்திருக்கிறான். அந்தக் கேனரி தீவுகள் மேற்கு ஆஃப்ரிக்காவில் உள்ள மொராக்கோவிலிருந்து 100 கி.மீ. தூரத்தில் உள்ளன. இப்போது தேன் நிலவுத் தம்பதிகளின் சுற்றுலாத்தலமாகத்

திகழ்கிறது. இந்தத் தீவுகளின் சிறப்பு என்னவென்றால், சந்திரனுக்கும் மற்ற விண்வெளிப் பயணத்துக்கும் செல்லும் வீரர்களுக்கு இந்தத் தீவின் நிலப்பரப்பையே விஞ்ஞானிகள் காண்பிக்கிறார்கள். ஏன்? நிலவு, செவ்வாய் போன்றவற்றின் நிலப்பரப்பு கேனரி தீவுகளைப் போல்தான் இருக்கும்.

***

சமீபத்தில் ஒரு காஃபி ஷாப்பில் அமர்ந்து புத்தகம் படித்துக் கொண்டிருந்தேன். பக்கத்து இருக்கையில் இரண்டு கல்லூரி மாணவிகள். ஆங்கிலத்தில் ஏதோ பரபரப்பாகப் பேசிக் கொண்டிருந்தார்கள். பேச்சின் இடையே குற்றாலக் குறவஞ்சி, எக்ஸாம் என்ற சொற்கள் அடிக்கடி காதில் விழுந்தன. உடனே வாசிப்பதை நிறுத்தி விட்டு அவர்கள் பேச்சை அவர்கள் கவனிக்காதவாறு கவனித்தேன். மதியம் நடக்க இருக்கும் தமிழ்த் தேர்வுக்குப் படித்துக் கொண்டிருக்கிறார்கள். எங்கள் வயதில் கிராமத்துப் பள்ளிகளில் ஆங்கிலப் பாடங்களைத் தமிழில் விளக்கம் சொல்லிப் படிப்பது போல் இந்த நவநாகரீக மங்கைகள் குற்றாலக் குறவஞ்சியைத் தமிழில் படித்து ஆங்கிலத்தில் விளக்கம் சொல்லிக் கொண்டிருந்தார்கள். ஒரு பெண் இன்னொரு பெண்ணுக்குக் கதையை ஆங்கிலத்தில் விளக்கிக் கொண்டிருந்தாள். குறத்தியை ஜிப்ஸி என்றாள் அந்தப் பெண். பிறகு,

> செங்கையில் வண்டு கலின் கலின் என்று செயம் செயம்
> என்றாட – இடை
> சங்கதம் என்று சிலம்பு புலம்பொடு தண்டை
> கலந்தாட – இரு
> கொங்கை கொடும்பகை வென்றனம் என்று குழைந்து
> குழைந்தாட – மலர்ப்
> பைங்கொடி நங்கை வசந்த சவுந்தரி
> பந்து பயின்றாளே!

என்ற பாடலை ஆங்கில உச்சரிப்புடன் சொல்லி அதற்கும் ஆங்கிலத்திலேயே விளக்கம் சொன்னாள். உடனே அடுத்த பெண், "Who is the guy that wrote this?" என்றாள். முதல் பெண்ணுக்குத் தெரியவில்லை. அப்போதுதான் நான் கிளம்புவதற்காக எழுந்தேன். தற்செயலாக இருவரும் என்னை நோக்கித் திரும்பினர். "திரிகூட ராசப்பக் கவிராயர்" என்று சொல்லிவிட்டுத் திரும்பிப் பார்க்காமல் நடந்தேன்.

மார்ச் 19, 2015

13.) மகாபாரதத்தை மறக்கலாமா?

சுதந்திர தேசம் என்று சொல்லிக் கொண்டாலும் சிந்தனையில் நாம் இன்னும் அந்நியர்களின் அடிமையாகவே இருந்து வருகிறோம். ஆங்கிலத்தில் இதை Xenomania என்பார்கள். இதற்கு நான் கூட விதிவிலக்கு அல்ல. உதாரணமாக, நமக்கு உலக எழுத்தாளர்கள் அனைவரையும் தெரிந்திருக்கிறது. அவர்கள் அனைவரின் மொழிபெயர்ப்பும் தமிழில் கிடைக்கிறது. ஆனால் நம் தேசத்து ஆசான்களான காளிதாஸன், பர்த்ருஹரி, பாஸன், பாரவி, பாணினி போன்றவர்களின் பெயர் கூடத் தெரிந்திருக்கவில்லை. இந்தியின் நிர்மல் வர்மாவை நமக்குத் தெரியாது. நம்முடைய அசோகமித்திரனை இந்திக்காரருக்குத் தெரியாது. இந்த நிலையில் வியாசரால் எழுதப்பட்ட மகாபாரதம் அதன் சமஸ்கிருத மூலத்திலிருந்து தமிழில் மொழிபெயர்க்கப்பட்டிருக்கிறதா என்று கேட்டால் என்ன பதில் கிடைக்கும்?

மொழிபெயர்க்கப்பட்டிருக்கிறது என்று சொன்னாலும் அதை மனப்பூர்வமாகச் சொல்ல முடியவில்லை. கொஞ்சம் விபரமாகச் சொல்ல வேண்டும். கும்பகோணம் காலேஜ் ரிடயர்ட் தமிழ்த் தலைமைப் பண்டிதர் மணலூர் – வீரவல்லி ராமானுஜாசாரியரின் பெரும் முயற்சியால் 1920களில் மகாபாரதத்தின் 18 பர்வங்களும் 18 நூல்களாகப் பதிப்பிக்கப்பட்டன. ஒவ்வொரு பர்வமும் மூன்றிலிருந்து ஐந்து ரூபாய் வரை விலை. இதை ம.வீ.ரா. பதிப்பு என்றும், கும்பகோணம் பதிப்பு என்றும் சொல்வார்கள். தன் சொத்து சுகத்தையெல்லாம் இழந்து பலரிடமும் கடன்பட்டுத்தான் இந்த மகத்தான பணியை செய்து முடித்திருக்கிறார் ம.வீ.ரா. அந்தக் காலத்தில் ஒரு சவரன் தங்கத்தின் விலை 25 ரூ. பதினெட்டு பர்வங்களையும் பிரசுரிக்க ம.வீ.ரா.வுக்குப் பல ஆயிரம் ரூபாய் செலவாகி இருக்கிறது. அதையெல்லாம் அவர் ஊர் ஊராக அலைந்தும் பல தனவான்களிடம் உதவி பெற்றும்தான் செய்திருக்கிறார். இதற்காகவே ஒரு பத்திரிகையும் நடத்தி சந்தா வசூலித்திருக்கிறார். சமயங்களில் வாசகர்களிடம் முன்பணம் வாங்கி

(இப்போதைய Pre-order) பிரசுரித்திருக்கிறார். ஒவ்வொரு பர்வத்தின் முன்னுரையிலும் தான் பட்ட சிரமங்களையும் உதவி செய்தவர்களின் பெயர்களையும் சொல்கிறார். உதாரணமாக, ம.வீ.ரா. மயிலாப்பூரில் வசித்த போது வெளியிட்ட கர்ண பர்வத்தின் முன்னுரையில் 5.1.1923 அன்று எழுதுகிறார்: "மஹாபாரதப் பதிப்பு விஷயத்தில் நான் அடைந்துள்ள பலவகையான சிரமங்களைச் சுருக்கமாகவாவது இங்கே கூறாமலிருக்க முடியவில்லை. (இந்தக்) கைங்கர்யத்தைத் தொடங்கிய போது பதிப்பு வேலை நடந்த மாதிரி நடந்து வந்தால் பல வருஷங்களுக்கு முன்னமே இந்த மஹாபாரதம் பூர்த்தியாகியிருக்கும் சொல்லளவில் மிகத் தாராளமாகக் கூறி நம்பிக்கையை உண்டாக்கிப் பலமுறை என்னை அலையச் செய்து என் காலத்தை வீணாக்கி என் மனத்தைப் புண்ணாக்கியவர் சிலர். இந்த வேலையை நிறுத்தி விடலாம் என்று நற்புத்தி கூறின பெருஞ்செல்வர் சிலர். பல வருஷங்கள் புத்தகத்தை விரும்பி வாங்கி வந்து பணம் கேட்ட பொழுது ராமாயண பாரதங்களை இழித்துக் கூறி என் மனத்திற்கு மிக்க வருத்தத்தை உண்டு பண்ணின கனவான்கள் சிலர்."

ம.வீ.ரா. வெளியிட்ட 18 பர்வங்களையும் ஒரே ஆசிரியர் மொழி பெயர்க்கவில்லை. கருங்குளம் கிருஷ்ண சாஸ்திரிகள் சில பர்வங்களையும், ஸெண்ட் ஜோஸப் காலேஜ் ரிடயர்ட் ஸம்ஸ்கிருத தலைமைப் பண்டிதர் ஸ்ரீ உ.வே. T.V. ஸ்ரீநிவாஸாசார்யர் சில பர்வங்களையும் மொழிபெயர்த்திருக்கிறார்கள். சுமார் நூறு ஆண்டுகளுக்கு முன்பு நடந்த தியாக காரியங்கள் இவை என்பதை நாம் மறக்கக் கூடாது. தமிழில் இந்தத் தொகுதிகள் மட்டுமே சமஸ்கிருத மூலத்திலிருந்து நேரடியாகத் தமிழுக்கு மொழிபெயர்க்கப்பட்டவை. ராஜாஜி, சோ எழுதியது உட்பட மற்ற அனைத்தும் மகாபாரதத்தின் சுருக்கங்களே.

இந்த மொழிபெயர்ப்பு பற்றித் தமிழில் அதற்குப் பிறகு எந்தப் பேச்சும் இல்லை. புத்தகங்களும் கிடைக்கவில்லை. 1990 வாக்கில் ஒரு பழைய புத்தகக் கடையில் சொல்லி வைத்து 18 பர்வங்களையும் வாங்கினேன். பல பர்வங்கள் இப்போது நண்பர்களிடம் குடி பெயர்ந்து விட்டன. உண்மையில் இந்த 18 பர்வங்களும் நம்முடைய பள்ளி, கல்லூரி, பல்கலைக்கழக நூலகங்களில் மட்டும் அல்லாது எல்லா அரசு நூலகங்களிலும் இருக்க வேண்டிய அரிய பொக்கிஷம். ஆனால் இப்போது மின்நூல் வடிவில் மட்டுமே வாசிக்கக் கிடைக்கிறது. ஸ்ரீசக்ரா பப்ளிகேஷன்ஸில் ம.வீ.ரா. பதிப்பித்த இந்த பர்வங்களை வெளியிட்டு வருகிறார்கள். தொடர்புக்கு: 9/135 நம்மாழ்வார் தெரு, கிழக்கு தாம்பரம், சென்னை. தொலைபேசி 98946 61259.

எனக்கு மணிப்பிரவாள நடை மீது கொஞ்சம் விருப்பம் உண்டு.

நான் அப்படி எழுதுவதில்லை என்றாலும் வாசிக்கப் பிடிக்கும். கொஞ்சமாக சமஸ்கிருதம் சேர்ந்தால் லயம் கொஞ்சம் கூடுதலாகக் கிடைக்கிறது. ("தனியொருவனுக்கு உணவில்லை எனில் ஜெகத்தினை அழித்திடுவோம்" "அக்கினிக் குஞ்சொன்று கண்டேன்.") பலராலும் என் கருத்தை ஒத்துக் கொள்ள முடியாது என்று தெரியும். ஆனால் அவர்கள் கருத்தை நான் மதிக்கிறேன். மறைமலை அடிகளின் தனித்தமிழ் இயக்கம் மட்டும் தோன்றியிருக்காவிட்டால் இப்போதைய தமிழ் இப்படி இருந்திருக்காது. சமஸ்கிருதக் கலப்பு உணவில் உப்பு கலப்பது போல் இருக்க வேண்டும். ஆனால் அப்போதைய தமிழில் தமிழ் வார்த்தைகளையே தேட வேண்டிய நிலை இருந்தது. (அந்தக் காலத்து 'விவாஹ சுபமுஹூர்த்தப் பத்ரிகை'யை யாரும் பார்த்திருக்கிறீர்களா?)

தமிழ், சமஸ்கிருதம், ஆங்கிலம் ஆகிய மூன்று மொழிகளிலும் அறிஞரான மறைமலை அடிகளின் தமிழும் சுவாரசியமானதுதான். சுமார் 70 நூல்கள் எழுதியிருக்கும் அடிகளாரின் நூல்களில் எனக்குப் பிடித்தவை: யோக நித்திரை அல்லது அரிதுயில், மனித வசியம் அல்லது மனக்கவர்ச்சி, மக்கள் நூறாண்டு உயிர்வாழ்க்கை (இரு தொகுதிகள்), மரணத்தின் பின் மனிதர் நிலை. பிடிக்காதவை: அவர் எழுதிய நாவல்கள்.

அடிகளாரைப் பற்றி எழுதும் போது காலத்துக்குக் காலம் மாறி வரும் தமிழ் நடை பற்றியும் யோசிக்கத் தோன்றுகிறது. சங்க காலத் தமிழை உரை இல்லாமல் படிக்க முடியவில்லை. சமயங்களில் உரைக்கே உரை தேவைப்படுகிறது. இப்படி காலத்துக்கு ஏற்றாற்போல் மாறி வரும் தமிழ் நடையில் மிக அழகானது, பாரதி மற்றும் அவருக்குப் பிறகான தமிழ் இலக்கியவாதிகளின் தமிழ்தான். மோசமானது, இன்றைய முகநூல் தமிழ். அதைத் தமிழ் என்றே சொல்ல முடியவில்லை. ஏனென்றால், இவர்கள் நல்ல தமிழே எழுதத் தெரியாமல் ஆங்கிலம் கலந்து எழுதுகிறார்கள். ஆனால் சில எழுத்தாளர்களே அப்படி எழுதும் போது கவலையாக இருக்கிறது. சமீபத்தில் பரபரப்பாகப் பேசப்பட்ட புலியூர் முருகேசனின் குறிச்சிலம்பாட்டம் என்ற கதையின் முதல் பத்தியைப் பார்ப்போம்: "கரூரிலிருந்து மாலை 6 மணியைப் போல் கிளம்பிய அந்த குவாலிஸ் வண்டியில் இருந்த பத்து பேரும் பைனான்ஸ், டெக்ஸ்டைல்ஸ், எக்ஸ்போர்ட்ஸ் கடைகள் வைத்திருக்கும் பெரும் பண குரோக்கடைல்ஸ்கள்." என்னுடைய பிரச்சினை அவர்கள் வைத்திருந்த கடை விபரம் அல்ல; அவர்களைப் பற்றிய விபரம். குரோக்கடைல்ஸ்கள். தமிழ், ஆங்கிலம் இரண்டு மொழிகளுமே அடிபட்டுக் குருதி வழியக் கிடக்கும் நடை.

சரி, நாம் ம.வீ.ரா.வின் மகாபாரதத்துக்கு வருவோம். 18 பர்வங்களும் அந்தக் காலத்து மணிப்பிரவாள நடையில்தான்

மொழிபெயர்க்கப்பட்டுள்ளது. உதாரணம்: "இன்னும் உலகத்திற் காணப்படுகின்ற ஸ்தாவரங்களும் ஜங்கமங்களுமாகிய மற்ற எல்லாப் பொருள்களும் உண்டாயின; ஜகங்களுக்கு முடிவு வரும் போது அவையெல்லாம் மறுபடி ஸம்ஹாரஞ்செய்யப்படுகின்றன. அந்த அந்த ருதுக்களின் அநேக விதங்களான அடையாளங்கள் ஒவ்வொரு ருதுவும் திரும்பி வரும் போது, அந்த அந்த ருதுக்களில் முன்னிருந்தவையாகக் காணப்படுவது போல், ஒவ்வொரு யுகத்தின் ஆரம்பத்திலும் வஸ்துக்கள் அந்த அந்த முந்திய யுகங்களிலிருந்தவை போற் காணப்படுகின்றன. இந்த விதமாக ஆதியும் அந்தமும் இல்லாததும் பஞ்ச பூதங்களின் சேர்க்கையாகிய பிரபஞ்சத்திற்குக் காரணமுமான இந்தக் காலச்சக்கரமானது, ஆரம்பமும் முடிவும் இல்லாமல் உலகத்திற் சுற்றிக் கொண்டேயிருக்கிறது."

இதுவரை உலக மொழிகளில் எழுதப்பட்ட காவியங்களிலேயே மிகப் பெரிதான மகாபாரதம் ஒரு லட்சம் சுலோகங்களைக் கொண்டது. இதை நாம் காதால் கேட்டும், கண்களால் பார்த்தும் மட்டுமே அனுபவித்து வருகிறோமே ஒழிய படிப்பது எப்போது? ஒரு எழுத்தாளரைக் கூட தொலைக்காட்சி நிகழ்ச்சியின் மூலம்தான் ஒரு சமூகம் அறிந்து கொள்ள முடிகிறது என்றால் அந்தச் சமூகம் இன்னமும் 18ஆம் நூற்றாண்டில் வாழ்கிறது என்றுதானே பொருள்? நூறு ஆண்டுகளுக்கு முன்பு குடியானவர்கள் 18 தினங்கள் இரவு முழுதும் அமர்ந்து பாரதம் பார்த்தார்கள். அதையே 21ஆம் நூற்றாண்டிலும் செய்தால் சரியா? தெருக்கூத்துக்குப் பதிலாக இப்போது தொலைக்காட்சி மகாபாரதம். இந்த நிலை மாறி மகாபாரதத்தை எப்போது வாசிக்கப் போகிறோம்? அப்படி வாசிக்க வேண்டுமானால் என்ன செய்யலாம்? ம.வீ.ரா. பதிப்பில் இரண்டு பிரச்சினைகள். ஒன்று, மணிப்பிரவாள நடை. இன்னொன்று, 18 பர்வங்களுக்கும் மறுபதிப்பு இன்னும் தயாராகவில்லை. இந்த நிலையில் செ.அருட்செல்வப் பேரரசன் முழு மகாபாரதத்தையும் வியாசர் எழுதியபடியே தமிழில் மொழிபெயர்த்து அதை இணையதளத்திலும் (<http://mahabharatham.arasan.info/>) வெளியிட்டு வருகிறார். பகலில் தன்னுடைய ஜீவனோபாயத்துக்காக DTP வேலையும் இரவில் மகாபாரத வேலையுமாக ஒரு தனிமனிதர் இந்தக் காரியத்தைச் செய்து கொண்டிருக்கிறார். பல்கலைக்கழகங்களும், தமிழ்/ சமஸ்கிருதப் பேராசிரியர்களும் செய்யவேண்டிய வேலை. இணையதளத்தில் இலவசமாகக் கிடைக்கும் இந்த மகாபாரதத்தை லட்சக்கணக்கான மக்களிடம் எடுத்துச் செல்ல நம் பதிப்பகங்கள் முன்வர வேண்டும். 18 பர்வங்களும் புத்தகமாகக் கிடைக்க வேண்டும். அருட்செல்வப் பேரரசனின் தமிழ் சாமான்ய மனிதனுக்கும் புரியக் கூடியதாக இருக்கிறது. உதாரணம்:

“இந்த அண்டத்தில் காணப்படும் எல்லாம், படைக்கப்பட்ட அசைவன–அசையாதன ஆகியன இந்த உலகத்தின் முடிவில், யுகங்களின் முடிவில் மீண்டும் அழியும். அதன்பிறகு அடுத்த யுகச் சக்கரத்தில் அனைத்தும் படைக்கப்படும். எப்படி பல கனிகள் அதனதன் காலத்தில் கனிந்து விழுந்து மறுபடி காய்க்கின்றனவோ அப்படியே இந்த யுகச் சக்கரம் சுழலும்.”

***

கோவிலுக்குச் செல்லும் வழக்கம் உண்டா என்று கோவை வாசகி ஒருவர் எழுதிக் கேட்டிருக்கிறார். முன்பு இருந்தது; இப்போது இல்லை. கோவிலுக்குப் போனால் மனஅமைதி கிடைக்கும். இறைவனின் அருள் கிடைக்கும். இதுபோல் பல கிடைக்கும். ஆனால் இறைவனிடமிருந்து நான் வாங்குவதைவிட நான் பிறந்த சமூகத்துக்கும், மொழிக்கும், என்னோடு இந்தப் பூமியில் வாழும் ஜீவராசிகளுக்கும் பணி செய்து கிடக்கவே விரும்புகிறேன். ஒருநாள் வீட்டில் தோசை வார்த்துக் கொண்டிருக்கும்போது வந்து ஆர்வத்துடன் எட்டிப் பார்த்தது நான் வளர்க்கும் ஸோரோ. ஸோரோ, பப்பு இரண்டுக்கும் தோசை பிடிக்கும். பப்பு வாங்கிக் கொண்டது. ஸோரோ மறுத்தது. திடீரென்று யோசித்து தோசையில் நெய் விட்டுக் கொடுத்தேன். ஆர்வத்துடன் வாங்கிக்கொண்டு ஓடி விட்டது. இதுவாவது வீட்டு நாய். ஒய்ட்டி, ப்ளாக்கி என்று இரண்டு தெருநாய்கள். என்னைப் பார்க்கும்போதெல்லாம் வாலை ஆட்டிக் கொண்டு பிஸ்கட்டுக்கு வந்து நிற்கும். ஒருநாள் கொஞ்சம் விலை குறைந்த பிஸ்கட் கொடுத்து விட்டேன். வாங்க மறுத்து விட்டன. முந்திரிப்பருப்பு போட்ட உயர்தர பிஸ்கட்டை மட்டுமே ஏற்றுக் கொள்கின்றன. சரி, காகங்களுக்கு வருவோம். தினமும் வாசல் கோலத்தில் உள்ள மாவைத் தின்று விட்டு பத்து இருபது காகங்கள் தண்ணீருக்காக அலைவதைப் பார்த்து விட்டு இரண்டு கின்னங்களில் தண்ணீர் வைத்தேன். ஆர்வத்துடன் குடித்தன. ஒருநாள் காலை கின்னங்களில் ஏற்கனவே தண்ணீர் இருந்ததால் வைக்கவில்லை. ஆனாலும் காகங்கள் தண்ணீருக்காக அலைந்து விட்டு, செடிகளுக்காகப் புதிதாகக் கொண்டு வந்து வைத்த தண்ணீரை வளைத்துக் கொண்டு குடித்தன. பிறகுதான் தெரிந்தது, கின்னங்களில் இருந்த தண்ணீர் முந்தின நாள் வைத்தது!

மார்ச் 26, 2015

14.) சர்வர் டௌன்!

அஞ்சல் துறையில் நான் பத்து ஆண்டுகள் பணியாற்றினேன். அதை என் வாழ்வின் இருண்ட காலம் என்று சொல்லலாம். அது பற்றி விரிவாக *ராஸ லீலா* என்ற நாவலில் எழுதியிருக்கிறேன். இப்போது அஞ்சல் துறைக்கும் எனக்கும் உள்ள உறவு மாதாமாதம் பென்ஷன் வாங்குவதோடு சரி. அதைக் கூட அவந்திகாதான் வாங்கி வருவாள். ஆனால் கடந்த ஆறு மாதமாக அதிலும் ஒரு சிக்கல். காலையில் ஒன்பதரை மணிக்குக் கிளம்பிப் போனால் திரும்பி வர மதியம் மூன்று மணி ஆகிவிடுகிறது. இவ்வளவுக்கும் என் வீட்டிலிருந்து மவுண்ட் ரோடு அஞ்சல் அலுவலகம் 15 நிமிட நேரம்தான். பென்ஷன் வாங்குபவர்கள் நீண்ட வரிசையில் காத்திருக்கிறார்களா என்றால் அதுவும் இல்லை. பத்துப் பனிரண்டு பேர் தான். "அதற்கா இப்படி மணிக்கணக்கில் ஆகிறது? செவ்வாய்க் கிரகத்துக்கெல்லாம் ராக்கெட் அனுப்புகிறார்களே? என்ன விஷயம்?" என்று கேட்டேன். "சர்வர் டௌனாம்; எப்போது கேட்டாலும் இதே பதில்தான். ஒன்றுமே புரியவில்லை" என்றாள் அவந்திகா. குழப்பம் இதோடு போகவில்லை. கடந்த இரண்டு மாதமாக வெறும் கையோடு திரும்பி வர ஆரம்பித்து விட்டாள். "ரெண்டு மூணு நாளா சர்வர் டௌனாம்; எப்போது சரியாகும் என்று தெரியவில்லையாம்" என்று பதில் வந்தது. இப்படியே நாலைந்து நாள் தொடர்ந்து அலைந்த பிறகுதான் (சர்வர் சரியாக வேலை செய்ய ஆரம்பித்ததால்) பென்ஷன் கிடைத்தது. மார்ச் மாதம் முதல் வாரம் நான் போனேன். அண்ணா சாலை அஞ்சல் அலுவலகத்தின் வாசலில் கூட்டம் திமிலோகப்பட்டது. எல்லாம் நரைத்த முடி, வழுக்கைத் தலை கேசுகள். பார்க்கவே பரிதாபகரமாக இருக்கும் இவர்களைப் போட்டு ஏன் இப்படி வதைக்கிறார்கள் என்று யோசித்தபடி அந்த முதியவர் கூட்டத்தில் நானும் ஐக்கியமானேன். அப்போது மணி 12. எல்லோரும் காலை பத்து மணியிலிருந்து காத்திருக்கிறார்களாம். அது மட்டும் அல்ல; மூன்று நாட்களாக தினமும் வந்து மாலை வரை காத்திருந்து

விட்டுத் திரும்பிப் போவதாகச் சொன்னார்கள். அதிர்ந்து போனேன். பென்ஷன் வாங்குபவர் என்றால் பிச்சைக்காரர்களா? உடனே அஞ்சல் துறை உயர் அதிகாரியைப் பார்த்து (போஸ்ட்மாஸ்டர் அல்ல; அவரை விட பெரிய அதிகாரி) சொல்லலாம் என்று போனேன். முக்கால் மணி நேரம் காத்திருந்த பிறகு 'தரிசனம்' கிடைத்தது. அவரை நான் தொலைக்காட்சி நிகழ்ச்சிகளில் பலமுறை பார்த்திருக்கிறேன். மகாத்மா காந்தி, மதர் தெரஸா போல் பேசுவார். ஆனால் நேரில் எகத்தாளமாகப் பேசினார். "இது என்ன இங்கிலாந்து என்று நினைத்துக் கொண்டீர்களா?" என்றுதான் ஆரம்பித்தார். சுமார் அரை மணி நேரம் அவர் பேசியதன் சுருக்கம்: "சென்னையில் மட்டும் அல்ல; இந்தியா பூராவும் இதே பிரச்சினைதான். நான் ஒன்னும் பண்ண முடியாது." நான் ஒரு எழுத்தாளன்; பத்திரிகையாளனும் கூட என்றேன். "ரொம்பவும் நல்லது. பத்திரிகையில் எழுதுங்கள். ஏதாவது நடக்குதா பார்ப்போம்." இதோடு நிறுத்தியிருந்தால் தப்பில்லை. ஆனால் தில்லியில் உள்ள மேல் அதிகாரிகள் துட்டு வாங்கிக் கொண்டு இப்படியெல்லாம் குழப்படி செய்கிறார்கள் என்றும் இன்னும் என்னென்னவெல்லாமோ பேசிக் கொண்டே போனார். "நாடு பூராவும் ஊழல்தான் என்பதற்காக நீங்கள் சம்பளம் வாங்காமல் இருக்கிறீர்களா சார்? எங்கள் பென்ஷனுக்கு என்ன வழி?" என்றேன் சாத்வீகமாக. அப்போது அவருடைய ஸ்டெனோவை அழைத்து, "ட்ரைவருக்கு மெமோ குடுத்தாச்சா?" என்று கேட்டார். ஸ்டெனோ, "இல்லை சார்" என்று தலையைச் சொறிந்தார். உடனே அதிகாரி தன் பற்களைக் கடித்துக் கொண்டு, "உனக்கு மூளை இருக்கா? எத்தனை தடவை சொல்றது அந்த ட்ரைவருக்கு மெமோ குடு, மெமோ குடுன்னு... குடுக்கலைன்னா உன்னை சஸ்பெண்ட் பண்ணிடுவேன்... போய்யா வெளிலே..." என்று குதறித் தள்ளிவிட்டு, என்னைப் பார்த்து, "எனக்கு நிறைய வேலை இருக்கு; நீங்கள் போகலாம்" என்று சொன்னார்.

வெளியே வந்து என்னுடைய பழைய நண்பர்களிடம் அதிகாரி பற்றியும், பென்ஷன் குழப்பம் பற்றியும் விசாரித்தேன். அதிகாரி பற்றி அவர்கள் சொன்ன கதைகளை *ராஸ லீலா* பாகம் இரண்டு என்றுதான் எழுத வேண்டும். அத்தனை கதைகள். ஒன்றிரண்டைச் சொல்கிறேன். நாம் எல்லோருமே அரசியல்வாதியின் அட்டூழியங்கள் பற்றி மட்டுமே பேசுகிறோம். சினிமாவிலும் அதை மட்டுமே காண்பிக்கிறார்கள். ஆனால் அரசியல்வாதியைப் போலவே அதிபயங்கரமாக ஊழலும் அதிகார துஷ்பிரயோகமும் செய்கிறார்கள் அதிகாரிகள். அரசியல்வாதிக்காவது வரப் போகும் தேர்தல் பற்றிய பயம் உண்டு. அதிகாரிகளுக்கோ எந்தப் பயமும் இல்லை.

நான் சந்தித்த அதிகாரி ஒரு உதாரணம். டிரைவர் விஷயத்தையே

சொன்னார்கள். அதிகாரி பாண்டிச்சேரிக்குப் போய் விட்டுத் திரும்புகிறார். அரசாங்கக் கார்; அரசாங்க டிரைவர். கூட அதிகாரியின் மனைவி. வெளியூரில் நமக்கு ஏதாவது சொந்த வேலை இருந்தால் அரசு காரில் அரசு டிரைவரை அழைத்துக் கொண்டுபோக விதிகளில் இடம் இல்லை. என்றாலும், அந்த ஊரில் ஒரு இன்ஸ்பெக்ஷன் என்று வைத்துக் கொண்டால் நம் காரியம் சுலபம். இப்படித்தான் மனைவியோடு பாண்டிச்சேரியிலிருந்து திரும்புகிறார் அதிகாரி. இரவு மணி பதினொன்றுக்கு மேல் வண்டியை விரட்டு விரட்டு என்று விரட்டுகிறார் டிரைவர். அதிகாரியின் உத்தரவு அப்படி. வேகமாப் போ வேகமாப் போ என்று பக்கத்தில் அமர்ந்தபடி கத்திக் கொண்டே இருப்பார். “சார், இதுக்கு மேல வேகமாப் போக முடியாது சார்” என்றால், “ஏய், நீ என்னா நினைச்சுக்கிட்டிருக்கே... ஆபீசுக்கு வந்ததும் இருக்கு உனக்கு உன் சீட்டைக் கிழிக்கிறேன் பார்” என்று மிரட்டல். சீட்டைக் கிழிக்கிறேன் என்றால் தண்ணியில்லாக் காட்டுக்கு மாற்றல் அல்லது மெமோ தருதல் என்று பொருள். மெமோ கொடுத்தால் அதனால் பல்வேறு பிரச்சினைகள் உண்டு. சம்பளம், ஊதிய உயர்வு எல்லாம் அடிபடும். அதற்குப் பயந்து வேகத்தை இன்னும் கூட்டுகிறார் டிரைவர். திடீரென்று யாரும் எதிர்பாராத வண்ணம் நாலைந்து எருமைமாடுகள் சாலையின் குறுக்கே வர திடீர் பிரேக் போட்டதில் டிரைவரின் ஈரக்குலையே வெளியே வந்து விட்டது. (டிரைவரே என்னிடம் சொன்னது இது.) பிழைத்ததே பெரிய காரியம். இதற்கு மேலும் இந்த சைக்கோவுக்குக் கார் ஓட்டினால் நெஞ்சுவலி வந்து செத்து விடுவோம் என்று காரை விட்டு இறங்கி ஓரமாக உட்கார்ந்து விடுகிறார் டிரைவர். அதிகாரி அடா புடாவில் இறங்கியது மட்டுமல்லாமல் டிரைவரை அடிக்கவும் போயிருக்கிறார். அதிகாரியின் மனைவிதான் டிரைவரிடம் கெஞ்சிக் கூத்தாடி வண்டியை எடுக்கச் சொல்லியிருக்கிறார். (இந்த டிரைவருக்குத்தான் மெமோ குடுத்தியா என்று ஸ்டெனோவை மிரட்டியது!)

வாசகர்களே, இதையெல்லாம் உங்களால் நம்ப முடியாது. அரசு அலுவலகங்களில் இதுதான் நிலைமை என்பதை நான் நேரிலேயே அனுபவித்திருக்கிறேன். என் பேனாவுக்கு இங்க் போடுவதற்குக் கூட லாயக்கு இல்லாத ஜந்துக்கள் என்னைப் பலமுறை இடியட் என்று திட்டியிருக்கின்றன. ஃபைலை எடுத்து என் முகத்தில் விட்டெறிந்திருக்கின்றன. இன்னும் அங்கே இருந்தால் நாமும் சைக்கோ ஆகி விடுவோம் என்று பயந்தே வேலையை விட்டேன்.

சரி, சர்வர் ஏன் எப்போதும் டவுன் ஆகிறது என்று விசாரித்தேன். இவ்வளவுக்கும் இதை நிர்வகிப்பவர்கள் இன்ஃபோசிஸ் நிறுவனம். விபரம் இதுதான். இன்ஃபோசிஸ் மீது தவறு இல்லை. ஒரு கேபிள்

ஆயிரம் விபரம் தாங்கும் என்றால் அதில் பத்தாயிரம் விபரத்தைப் போட்டால் என்ன ஆகும்? நின்று விடும்தானே? அதைத்தான் அஞ்சல் துறை செய்து கொண்டிருக்கிறது. Bandwidth-இன் அளவை அதிகரியுங்கள் என்று இன்ஃபோசிஸ் எவ்வளவு முறை சொன்னாலும் அஞ்சல் துறையில் கேட்பதில்லை. காரணம்? இதனால் பாதிக்கப்படுவது அதிகாரிகள் இல்லை. கடைக்கோடி ஊழியர்கள்; மக்கள். எவன் எப்படிப் போனால் எனக்கென்ன? எனக்கு அரசாங்க கார், அரசாங்க டிரைவர், அரசாங்க வீடு.

அலுவலகத்திலிருந்து வெளியே வந்தேன். மணி மூன்று. இன்னமும் கவுண்டரின் எதிரே பசியோடு நின்று கொண்டிருந்தது பென்ஷன் கூட்டம். என்னை எழுத்தாளன் என்று தெரிந்து கொண்ட ஒரு முதியவர் என்னிடம் வேகமாக வந்து, "இதையெல்லாம் எழுதுங்கள் சார்" என்றார். எனக்கு இந்த தேசத்தை எண்ணிக் கண்ணீர் வந்தது.

***

எனக்கு விளையாட்டில் அவ்வளவு ஆர்வம் இல்லை. நேரம் இல்லை என்பதே காரணம். இப்படி இருக்கக் கூடாது; ஏதாவது ஒரு விளையாட்டையாவது கற்றுக் கொள்ளலாம் என்று கிண்டியில் உள்ள கால்ஃப் க்ளப்பில் சில காலம் கால்ஃப் பயில முயற்சித்தேன். (கோல்ஃப் என்று சொல்வது ரொம்பத் தப்பு.) செலவு கட்டுப்படி ஆகாததால் விட்டு விட்டேன். பிறகு காஸ்மபாலிட்டன் க்ளப்புக்குப் போய் பில்லியர்ட்ஸ் விளையாட முயன்றேன். நேரம் இல்லாததால் அதையும் விட்டு விட்டேன். சின்ன வயதில் விளையாடிய தாயம், பல்லாங்குழி ஆடலாம் என்றால் துணைக்கு விளையாட ஆள் இல்லை. இருந்தாலும் பல விளையாட்டு வீரர்களைப் பற்றிப் படிப்பதற்கு என்ன தடை? எனவே படிக்க ஆரம்பித்தேன். அப்படிப் படித்த போது ஒரு டென்னிஸ் வீரரிடமிருந்து எனக்கு ஒரு ஆன்மீக அனுபவம் கிடைத்தது.

Arthur Ashe என்பது அவர் பெயர். 1943இல் பிறந்து 1993இல் மரணமடைந்தார். US Open மற்றும் விம்பிள்டன் போட்டி வரலாற்றிலேயே முதலாவதாக வந்த ஒரே கறுப்பின அமெரிக்கர் ஆஷ். இதுவரை இந்த சாதனை முறியடிக்கப்படவில்லை. 1975இல் விம்பிள்டன் போட்டியில் ஜிம்மி கானர்ஸைத் தோற்கடித்து விம்பிள்டன் வென்ற முதல் அமெரிக்கக் கறுப்பின மனிதர் என்ற பெருமையைப் பெற்றார் ஆஷ். அதுவரை டென்னிஸ் வெள்ளையர்களின் ஆட்டமாகவே இருந்தது. பிறகு ஒவ்வொரு ஆண்டும் இது போன்ற பெருமைகள் அவரைத் தொடர்ந்தன. 1985இல் International Tennis Hall of Fame-இல் சேர்க்கப்பட்ட முதல் அமெரிக்கக் கறுப்பின மனிதர் என்ற பெருமை பெற்றார்.

ஒருமுறை இதயத்தில் நடந்த அறுவை சிகிச்சையில் ரத்தம் கொடுக்கப்பட்ட போது அதன் மூலமாக எயிட்ஸ் வந்து 50ஆவது வயதிலேயே இறந்தார் ஆஷ். எயிட்ஸ் தொற்றி விட்டது என்று தெரிந்தவுடனேயே மக்களிடம் அது பற்றிய விழிப்புணர்வை உண்டாக்க வேண்டும் என்று அது குறித்த செயல்பாடுகளில் தீவிரமாக ஈடுபட்டார். ஒருமுறை ஒரு பத்திரிகையாளர் ஆஷிடம், "'எனக்கு ஏன் எயிட்ஸ் வர வேண்டும்? (Why me?)' என்று நினைத்திருக்கிறீர்களா?" என்று கேட்டார். அதற்கு ஆஷ் கூறிய பதில்: "'Why not me?' என்று நினைத்திருக்கிறேன்." பத்திரிகையாளருக்குப் புரியவில்லை. ஆஷ் சொன்னார்: "எங்கேயோ கறுப்பின மக்கள் வாழும் சேரிப் பகுதியில் கிடந்தேன். அப்படிப்பட்ட நான் விம்பிள்டனை வென்றேன். அப்போது கேட்கவில்லை, Why me? என்று. இன்றளவும் யாராலும் முறியடிக்க முடியாத பல சாதனைகளைப் படைத்தேன். அப்போது கேட்கவில்லை, Why me என்று. என்னைப் போன்ற எத்தனையோ கறுப்பின மக்கள் ஆஃப்ரிக்காவில் மிருகங்களை விட மோசமாக வாழ்ந்து கொண்டிருக்கும் போது எனக்குக் கோடி கோடியாய்ப் பணம் கொட்டியது. அப்போது கேட்கவில்லை, Why me என்று. உலகமே என்னைப் புகழ்ந்தது. அப்போது கேட்கவில்லை, Why me என்று. எயிட்ஸ் வந்து விட்டது என்றதும் Why me என்று கேட்கலாமா? எனக்கு ஏன் வரக் கூடாது (Why not me?) என்றுதான் கேட்பேன்."

ஆர்தர் ஆஷுக்கு இப்படிப்பட்ட ஞானம் எப்படிக் கிடைத்தது? அடுத்த வாரம் சொல்கிறேன்.

ஏப்ரல் 2, 2015

15.) எனக்கு மட்டும் ஏன் இப்படி?

ராமபத்ரன். மத்திய அரசுப் பணியில் இருந்து ஓய்வு பெற்றவர். முப்பது ஆண்டுகளாக என் நண்பர். வயது 86. சாது. யாருக்கும் எந்தத் தீங்கும் நினையாதவர். மனைவி இளம் வயதிலேயே இறந்து விட்டதால் மகன் ராஜகோபால் வீட்டில் வாசம். வீட்டில் மொத்தம் ஏழு பேர். ராஜகோபால், அவர் மனைவி, இரண்டு குழந்தைகள், மனைவியின் வயதான பெற்றோர். ராஜகோபாலும் தந்தையைப் போலவே மத்திய அரசுப் பணியில் இருப்பவர். என்றாலும் அவர்கள் வாழ்வது ஒரு மிகச் சிறிய வீட்டில். வரிசையாக ரயில் நிலைய நடைபாதையில் படுப்பது போல்தான் படுத்திருப்பார்கள். குடும்ப வரவு செலவு எல்லாம் ராஜகோபால். பெரிய வீடு எடுத்தால் வாடகை அதிகம். ஏழு பேரின் உண்டி, உடை, பிள்ளைகளின் படிப்பு என்று குடும்பத்தின் மொத்த செலவும் தந்தையின் ஓய்வு ஊதியத்தை வைத்தே நடத்தினார் ராஜகோபால். தன்னுடைய சம்பளத்தை சேமித்து வீடு, மனை, மனைவிக்கு நகைகள் என்று வாங்கிக் கொண்டார். பிள்ளைகள் பெரிதாகி விட்டதால் சமீப காலமாக வீட்டில் நிற்பதற்குக் கூட இடம் இல்லை. இந்த நிலையில் ராஜகோபாலுக்கு தில்லியில் இருக்கும் தம்பி ஏன் நம் தந்தையை வைத்துக் காப்பாற்றக் கூடாது என்று தோன்றியது. அவருக்கா தோன்றியதா அல்லது மனைவியின் மந்திரமா, தெரியவில்லை. ராமபத்ரனுக்கு வயோதிகத்தின் தளர்ச்சியைத் தவிர வேறு எந்தப் பிரச்சினையும் இல்லை. வெறுப்பு, அதிருப்தி எல்லாம் வைரஸைப் போன்றவை. நாளாக நாளாக தந்தையைப் பார்த்தாலே உடம்பெல்லாம் பற்றி எரிந்தது தனயனுக்கு. ஒருநாள் தம்பியிடம் வெறுமனே தெரிவித்து விட்டு தந்தையை விமானத்தில் ஏற்றி தில்லிக்கு அனுப்பி விட்டார். தம்பி அப்போது ஒரு சாலை விபத்தில் மாட்டி அடிபட்டு அலுவலகத்தில் விடுப்பு எடுத்துக் கொண்டு வீட்டில் ஓய்வில் இருந்தார். அந்த நேரத்தில் அங்கே போய்ச் சேர்ந்தார் ராமபத்ரன். புதிய இடம், புதிய ஊர். முதுமை. போய்ச் சேர்ந்ததுமே வீட்டின் மொசைக்

தரையில் வழுக்கி விழுந்து முழங்காலில் எலும்பு முறிவு. புத்திரனால் தந்தைக்கு சிசுருக்ஷை செய்ய முடியாத நிலை. மனைவியால் எத்தனை பேஷண்டுகளை கவனிக்க முடியும்? இதற்கிடையில் அந்தப் பெண்மணி அலுவலகம் வேறு போக வேண்டும். தந்தையை 'பார்சல்' செய்து சென்னைக்கே அனுப்பி விட்டார் புதல்வர். ராமபத்ரனால் நடக்க முடியவில்லை. நடப்பதா? 86 வயதில் முழங்காலில் எலும்பு முறிவு. வெட்டிப் போட்ட விருட்சம் போல் ஆகி விட்டார். கழிவறை கூட செல்ல முடியவில்லை. உடனடியாக வைத்தியம் செய்ய வேண்டும். விமான நிலையத்திலிருந்தே ஆம்புலன்ஸில் மருத்துவமனைக்குக் கொண்டு செல்லப்பட வேண்டிய கேஸ். ஆனால் ஆம்புலன்ஸ் என்றால் பணம் ஆகுமே என யோசித்து, டாக்ஸியிலேயே வைத்து மருத்துவமனைக்குக் கொண்டு சென்றார் ராஜகோபால். முகத்தில் எள்ளும் கொள்ளும் வெடித்தது. என்ன ஒரு பிரச்சினை! என்ன ஒரு கஷ்டம்! எனக்கு மட்டும் ஏன் இப்படி? (Why me?) ராமபத்ரனின் முறிந்த காலை டாக்ஸிக்குள் வளைத்து மடித்தெல்லாம் வைக்க முடியவில்லை. மருத்துவமனையில் எல்லோருக்கும் செம டோஸ். நீங்களெல்லாம் படித்தவர்களா அல்லது காட்டுமிராண்டிகளா? கால் ஒடிந்த ஒரு முதியவரை இப்படியா டாக்ஸியில் வைத்துக் கொண்டு வருவார்கள்? இன்ன பிற. டாக்டர் சொன்னதெல்லாம் ராஜகோபாலுக்குப் புரியவில்லை. ஏன் எனக்கு மட்டும் இந்தக் கஷ்டம்? Why me? ஏன் இந்தக் கிழவரைத் தன் தம்பி வைத்துக் காப்பாற்றக் கூடாது?

இந்தியாவில் பெரும்பாலான மக்கள் இப்படித்தான் வாழ்கிறார்கள். 26 ஆண்டுகளாகத் தன் தந்தையின் ஓய்வூதியத்தை வாங்கிப் பயன்படுத்திக் கொண்ட போது ராஜகோபாலுக்கு இனித்தது. அப்போது அவர் கேட்கவில்லை, ஏன் எனக்கு மட்டும் இந்த அதிர்ஷ்டம் என்று. தந்தைக்குக் கொஞ்சம் தள்ளாமை வந்தவுடன் அடித்துத் துரத்தத் தோன்றுகிறது. சென்ற வாரம் வாசித்த ஆர்தர் ஆஷ் கதையை இங்கே நாம் ஞாபகப்படுத்திக் கொள்ளலாம். "எங்கோ கறுப்பின மக்கள் வாழும் சேரியில் கிடக்க வேண்டிய எனக்கு உலகப் புகழ் கிடைத்தது; பணம் கோடி கோடியாய்க் கொட்டியது. அப்போது கேட்கவில்லை ஏன் எனக்கு இதெல்லாம் என்று. இப்போது எய்ட்ஸ் வந்ததும் Why me என்று கேட்பது சரியா?"

ஒரு விளையாட்டு வீரனுக்கு அந்த ஞானம் இருந்தது. உலகப் புகழ் பெற்றிருந்த நிலையில், 50 வயதில், அதுவும் மரணத் தேதி குறிக்கப்பட்ட ஒருவர் அந்த மரணத்தை சிரித்தபடி வரவேற்றார். ஒரு விளையாட்டு வீரனுக்கு இருந்த ஞானம் நம் ராஜகோபாலுக்கு இல்லை. திருக்குறளில் ஊழ் என்ற அத்தியாயத்தில் வரும் ஒரு குறள்

நமக்கு ஆஷின் கதையையும் ராஜகோபாலின் கதையையும் சொல்லும். "நன்றாம்கால் நல்லவாக் காண்பர் அன்றாம்கால் அல்லல் படுவது ஏன்?" நல்லது நடக்கும் போது ஆஹா ஓஹோ என்று தலைகால் புரியாமல் ஆடுகின்ற மக்கள் தீவினை விளையும் போது 'எனக்கு மட்டும் ஏன் இந்தக் கஷ்டம்?' என்று புலம்புவது ஏன்? இந்தக் குறளை, அதிகாரத்தில் இருக்கும் போது தலைகால் புரியாமல் ஆடி விட்டு, அதிகாரம் கைவிட்டுப் போனதும் சோக முகத்துடன் சிறைக்குப் போகும் அரசியல்வாதிகளுக்கும் பொருத்திப் பார்க்கலாம்.

ராஜகோபால் கதையின் மூலம் நான் அறிந்து கொண்ட இன்னொரு சேதி நம் ஆட்களுக்குத் தன்னையே கூட நேசிக்கத் தெரியவில்லை. தன்னை நேசித்தால்தானே பிறரையும் நேசிக்க முடியும்? பணம் என்பதை ராஜகோபால் தானும் தன்னைச் சுற்றியிருப்பவர்களும் சந்தோஷமாக வாழ்வதற்காக அளிக்கப்பட்டிருக்கும் ஒரு விஷயம் என்று கருதவில்லை. தன்னை விடவும், வாழ்க்கையை விடவும் பணம் பெரிய விஷயம் என்று நம்பியதால்தான் அவர் வாழ்க்கை இவ்வளவு அவலமாக மாறியது. இன்னொன்றைக் கவனியுங்கள். இந்தக் கதையில் ராஜகோபாலின் மனைவி மற்றும் அவருடைய பெற்றோர் பற்றிய பேச்சே இல்லையே? ஆமாம். அந்தப் பெண்மணிக்குத் தன் கணவன் அவன் தந்தையை வீட்டை விட்டுத் துரத்தியதில் எந்தப் பிரச்சினையும் இல்லை. ஆனால் அந்தப் பெண்மணியின் பெற்றோர் நிரந்தர நோயாளிகள். தந்தை, முன்பு ஒரு காலத்தில் ஓட்டலில் சமையல் வேலை பார்த்தவர். நோயாளியான பிறகு மகள் வீட்டுக்கு மனைவியோடு வந்து விட்டார். நம் ராஜகோபாலுக்கு இதிலெல்லாம் எந்தப் பிரச்சினையும் இல்லை. நம்முடைய ஆணாதிக்க சமூகத்தில் வீட்டுக்குள் நடக்கும் அரசியலில் பெண்களும் தம் அறத்தை இழந்து, மனிதாபிமானத்தை இழந்து மலினப்பட்டுப் போகும் இடம் இதுதான். பிற்காலத்தில் நமக்கும் இப்படி ஒரு நிலை வரலாம் என்பதை நாம் நினைத்தே பார்ப்பதில்லை.

ஞானத்தை அடைய பல வழிகள் இருக்கலாம். ஞானம் என்றால் ஏதோ ஆன்மீக சமாச்சாரம் என்று நினைக்க வேண்டாம். மேலே குறிப்பிட்ட ஆர்தர் ஆஷுக்குக் கிட்டிய ஞானம், 'நன்றாம்கால்' குறளில் கூறப்பட்ட ஞானம். இதை அடைய எனக்குத் தெரிந்த எளிய வழி, படிப்பு. படிப்பு என்றால் உத்தியோகத்துக்காகவும், பொருள் ஈட்டுவதற்காகவும் ஆன பாடப் புத்தகப் படிப்பு அல்ல. நம் ஆளுமையை மேன்மை செய்து கொள்ள உதவும் படிப்பு. அத்தகைய படிப்பு இல்லாததால்தான் நம் சமூகம் இப்படி சீரழிந்து கிடக்கிறது.

***

வீட்டுக்குள் நடக்கும் வன்முறை

பொது இடங்களில் பெண்களுக்கு எதிராக நடக்கும் அநீதிகள் பற்றி நமக்குத் தெரியும். ஆனால் வீட்டுக்குள் நடக்கும் வன்முறை? ஒரு திங்கட்கிழமை அன்று காலை என் வீட்டுப் பணிப்பெண் முகத்தில் வீக்கத்துடன் வந்தாள். காரணம்? ஞாயிற்றுக்கிழமையானால் அவள் கணவனுக்கு ஆட்டுக் கறி வாங்கிச் சமைக்க வேண்டும். கணவன் ஆட்டோ டிரைவர். ஆனால் மாதத்தில் ஐந்து நாள் கூடத் தொழிலுக்குப் போவதில்லை. ஊர் சுற்றுவது, குடிப்பது, மனைவியை வந்து அடிப்பது. இந்தப் பெண்தான் வீட்டு வேலை செய்து குடும்பம் நடத்தி இரண்டு குழந்தைகளையும் படிக்க வைக்கிறாள். அந்த ஞாயிற்றுக் கிழமை ஆட்டுக் கறி வாங்க அவள் கையில் பணமில்லை. அதனால் முட்டைக் குழம்பு செய்து வைத்திருக்கிறாள். வந்து பார்த்த கணவன் வெறும் முட்டைக் குழம்பு என்றதும் கடுப்பாகி குழம்புச் சட்டியை எடுத்துப் போட்டு உடைத்து விட்டான். என்னங்க இது, குழந்தைங்களாவது சாப்பிடும்; இப்படிப் பண்ணிட்டீங்க என்று கேட்ட மனைவியை அடி அடி என்று அடித்துத் துவைத்து விட்டான். மதியம் யாரும் சாப்பிடவில்லை. அடித்து விட்டுப் போனவன் காலை வரை வீட்டுக்கும் வரவில்லை. அவனை நினைத்துக் கவலைப்பட்டு இவளும் சாப்பிடவில்லை. முந்தின நாள் காலையில் சாப்பிட்டதுதான். இது சமூகத்தின் அடித்தட்டு.

மேல்தட்டு எப்படி என்று பார்ப்போம். கிளி போல் மனைவி. கணவன் குடிகாரன். தினந்தோறும் அடிஉதை. ஒருநாள் கைக்குழந்தையோடு இருந்த மனைவியை வீட்டை விட்டு வெளியே தள்ளிப் பூட்டி விட்டான். பகல் முழுதும் வெளியே காத்திருந்தவள் இரவும் வந்து கதவு திறக்கவில்லை என்றதும் குழந்தையைத் தூக்கிக் கொண்டு தன் தோழி வீட்டுக்குச் சென்றிருக்கிறாள். பிறகு யாரோ கெஞ்சிக் கூத்தாடி இவளை அங்கே சேர்த்து வைத்திருக்கிறார்கள். மிதமிஞ்சிய குடியினால் அவன் நாற்பது வயதில் செத்து விட்டான். அந்தப் பெண்ணின் தகப்பனார் என் நண்பர். அவன் செத்து ஆறு மாதம் சென்ற நிலையில் அந்த நண்பரின் இல்லம் சென்றிருந்தேன். அவர் சொன்ன ஒரு வாக்கியம் என் வாழ்நாளில் மறக்க முடியாதது. "அவனோடு வாழ்ந்த போது என் மகள் எலும்புருக்கி நோயாளி போல் இருந்தாள். இப்போது ஆறே மாதத்தில் பளபளவென்று ஜொலிக்கிறாள். அப்படியானால் அவன் இவளை என்ன பாடு படுத்தியிருப்பான்?"

இதை விடுங்கள். ஒரு பெண் போலீஸ் உயர் அதிகாரி. என் வாசகி. ஒருநாள் அவர் நெற்றியில் காயம்.

"என்ன சாகசம் செய்து எந்தத் திருடனைப் பிடித்தீர்கள்?" என்று சற்று கிண்டலாகக் கேட்டேன்.

"டொமெஸ்டிக் வயலன்ஸ்" என்றார்.

ஒருக்கணம் எனக்குப் புரியவில்லை. "என்ன?"

"என் புருஷன் அடிச்சிட்டான்னு சொல்றேன் சார்."

"இப்படிப்பட்ட ஆளோடு ஏன் வாழ வேண்டும்? விவாகரத்து செய்ய வேண்டியதுதானே?"

அவர் சொன்ன பதில் நம் சமூகத்தில் பெண்கள் படும் அவலம் பற்றிய பெரும் அச்சத்தை ஏற்படுத்தியது. "கணவனை விவாகரத்து செய்த பெண் என்றால் வீடு கூட கிடைக்காது என்பது அடுத்த விஷயம்; டிபார்ட்மெண்டில் தொடர்ந்து வேலை செய்ய முடியாது. தனியாக இருக்கும் பெண் என்று ஒவ்வொருத்தராகக் கியூவில் வந்து நிற்பார்கள். அடித்தாலும் உதைத்தாலும் புருஷன் இருக்கிறான் என்றால் ஒரு பயல் கிட்டத்தில் நெருங்க மாட்டான். அந்தப் பாதுகாப்புக்காகத்தான் இவனோடு வாழ்ந்து கொண்டிருக்கிறேன்."

இதற்கெல்லாம் காரணம், பெண்கள் பற்றிய ஆண்களின் மனோபாவம். தில்லி பஸ் சம்பவம் நமக்குத் தெரியும். அதைச் செய்த குற்றவாளி சொல்கிறான்: "ஒரு நல்ல பெண் இரவு நேரத்தில் வெளியே வர மாட்டாள். நாங்கள் அவளை பலாத்காரம் செய்தபோது அவள் திருப்பிச் சண்டை போட்டிருக்கக் கூடாது. பலாத்காரத்துக்கு அனுமதித்திருக்க வேண்டும். அப்படிச் செய்திருந்தால் நாங்கள் அவளை அதோடு விட்டிருப்போம். தாக்கியிருக்க மாட்டோம்." இந்தக் குற்றவாளிக்காக வாதிட்ட வக்கீல் சொல்கிறார்: "இரவு ஆறரை அல்லது ஏழு மணிக்கு மேல் என் மகள் வெளியே ஊர் சுற்றிக் கொண்டிருந்தால் அவள் மீது பெட்ரோலை ஊற்றிக் கொளுத்தியிருப்பேன்."

ஏப்ரல் 9, 2015

16.) சுகமும் சுதந்திரமும்

சிங்கப்பூர் முன்னாள் பிரதமர் லீ குவான் யூ பற்றிப் பொதுவாக தமிழ்நாட்டில் நல்ல அபிப்பிராயமே நிலவுகிறது. ஆனால் அவரது இன்னொரு பக்கம் மிகவும் மோசமானது. சிங்கப்பூர் அரசின் முக்கியமான பொறுப்பில் உள்ளவர்கள் பெரும்பாலும் லீ குவான் யூவின் உறவினர்களே ஆவர். இதை யாரும் அங்கே தட்டிக்கேட்க முடியாது. அதற்கான பத்திரிகைச் சுதந்திரமோ தனிநபர் சுதந்திரமோ அங்கு கிடையாது. அந்த வகையில் அது ஒரு சர்வாதிகார நாடே. மலேஷியாவின் நிலை இன்னும் மோசம். அங்கேயும் அரசுப் பொறுப்பு மற்றும் கோடிகளாகக் கொட்டும் துறைகள் அனைத்தும் பிரதமரின் உறவினர் வசம்தான் உள்ளன. யாரும் தட்டிக் கேட்க முடியாது. கேட்டால் சிறை. சிறை என்றால் சாதாரண சிறை அல்ல; காராக்கிரகம். நரகத்தைப் பற்றிப் படித்திருக்கிறீர்களா? அப்படி இருக்கும். நீதிமன்றம் கூட இதில் தலையிட முடியாது. ஒரே ஒருவர் பிரதமரை எதிர்த்தார். அவரை ஓரினச் சேர்க்கையாளர் என்று சொல்லி 1998ஆம் ஆண்டு 'உள்ளே' தள்ளி விட்டார்கள். அதே ஆண்டில்தான் ஆசியாவின் மிகச்சிறந்த மனிதர் என்று *நியூஸ்வீக்* பத்திரிகை அவரைத் தேர்ந்தெடுத்திருந்தது! அவர்தான் மலேஷியாவின் துணைப் பிரதமராகவும் நிதியமைச்சராகவும் இருந்த அன்வர் இப்ராஹீம். மிக மோசமான மனித உரிமை மீறல் என்று அமெரிக்கா, இங்கிலாந்து, ஆஸ்திரேலியா போன்ற நாடுகள் இச்செயலைக் கண்டித்ததால் 2004இல் அன்வர் சிறையிலிருந்து விடுவிக்கப்பட்டார். அன்வருக்கு மக்களிடையே செல்வாக்கு கூடியது. இப்போது மீண்டும் ஐந்து ஆண்டு தண்டனையில் சிறையில் அடைக்கப்பட்டிருக்கிறார் அன்வர். குற்றச்சாட்டு அதேதான். ஓரினச் சேர்க்கை.

நம் ஊரில் ஒருவர் மருத்துவர் ஆகிவிட்டால் அவருக்கு இனி வாழ்க்கையில் எந்தப் பிரச்சினையும் இல்லை என்று அர்த்தம். அந்த அளவுக்கு இங்கே அவர்களுக்கு சமூக அந்தஸ்தும் வசதிகளும்

உண்டு. ஆனால் மலேஷியாவில் மருத்துவர்கள் பெரும்பாலும் மனநோயாளியாக மாறி விடக்கூடிய நிலையில் வாழ்கிறார்கள். காரணம், தொடர்ந்து ஓய்வே எடுக்காமல், வீட்டுக்கும் போகாமல் 36 மணி நேரமெல்லாம் மருத்துவமனையில் வேலை செய்ய வேண்டி யிருக்கிறது. இதனால் மருத்துவர் பலரும் திருமணம் செய்துகொள்ள முடியவில்லை. திருமணம் செய்து கொண்டாலும் குழந்தை பெற்றுக் கொள்வதில்லை. இப்படி 36 மணி நேரம், 48 மணி நேரமெல்லாம் தொடர்ந்து வேலை செய்து கொண்டே இருந்தால் குழந்தையை யார் பராமரிப்பது? பல மருத்துவர்கள் தற்கொலையும் செய்து கொள்கிறார்கள். எந்தச் செய்தியும் வெளியே வராது. பத்திரிகைகளுக்கு சுதந்திரம் கிடையாது. இப்படிப் பொதுவாக எழுதினால் உங்களால் நம்ப முடியாது. விளக்கமாகச் சொல்கிறேன். மருத்துவர்களின் வேலை நேரம், காலை ஏழு மணியிலிருந்து இரவு பத்து வரை. ஆனால் எதார்த்தத்தில் காலையில் ஆறு மணிக்கே போய் விட வேண்டும். இரவு பதினொன்றும் ஆகும், பனிரெண்டும் ஆகும். கேட்க முடியாது. திரும்பவும் காலை ஆறு மணிக்குப் பணியிடத்தில் நிற்க வேண்டும். வீடு 20 கி.மீ. தூரத்தில் இருக்கும். உங்களிடம் கார் இருந்தால் கூட எப்படி வீட்டுக்குப் போய் வர முடியும்? பலரும் மருத்துவமனையிலேயே தங்கி விடுகிறார்கள். இப்படி மருத்துவராகச் சேரும் ஒரு பெண்ணின் நிலை என்ன ஆகும்? இதற்கிடையில் அங்கே பத்து ஆண்டுகளாகப் பணியில் இருக்கும் சீனியர் டாக்டர் உங்களுக்கு முன்பே, அதாவது ஐந்து மணிக்கே வேலைக்கு வந்து உட்கார்ந்து கொண்டு ஆறு மணிக்கு வரும் உங்களை மேலும் கீழும் பார்ப்பார். அவரால் எப்படி முடிகிறது என்றால், 35 வயதான அந்தப் பெண்மணிக்குத் திருமணமே ஆகியிருக்காது. வேலை வேலை வேலை... அதைத் தவிர வேறு எதுவும் தெரியாது. ஆக, அந்த சீனியர் சைக்கோ மற்ற ஜூனியர் டாக்டர்களையும் சைக்கோக்களாக மாற்றி, மொத்தத்தில் சமூகமே ஒரு மாதிரி ஆகி விட்டது.

ஆசிரியர்களின் நிலை இவ்வளவு மோசம் இல்லை என்றாலும் தினம் தினம் தம் மாணவர்களைப் பற்றிய அறிக்கையை அவர்கள் தம் அதிகாரிகளுக்கு அனுப்பிவைக்க வேண்டும். இந்த இரு சாராரைத் தவிர மற்றவர்களுக்கு வாழ்க்கை அங்கே ஓரளவு அனுசரணையாக உள்ளது என்பதை ஒரு கடைக்காரரிடம் பேசிக் கொண்டிருந்த போது தெரிந்து கொண்டேன். அவர் ஒரு மலையாளி. மாதம் எவ்வளவு வருகிறது என்று கேட்டேன். 50,000 ரூ. இதை நீங்கள் கேரளத்தில் இருந்து கொண்டு சம்பாதிக்க முடியாதா என்றேன். "முடியும். ஆனால் அங்கே எத்தனை பிரச்சினை? ஒவ்வொரு நாளும் நரகம். போலீசுக்கும், மற்ற அரசு அதிகாரிகளுக்கும் லஞ்சம். இதற்கிடையில் ரவுடிகளுக்கும்

கப்பம் கட்ட வேண்டும். மின்சாரம் இருக்காது. சமையல் எரிவாயு கிடைக்காது. இங்கே அந்தப் பிரச்சினை எதுவுமே கிடையாது. அரசியலைப் பற்றி வாயைத் திறக்காமல் இருந்தால் சுகமாக வாழலாம். நமக்கெதுக்கு அரசியல்?" என்றார். உண்மைதான் என்று தோன்றியது. நம் ஊரில் உள்ளது போன்ற பல்லாங்குழிச் சாலைகள் மலேஷியாவில் ஒரு கிராமத்தில் கூடக் கிடையாது. மெட்ரோவாட்டர்காரர்களும் மின்சார ஊழியரும் மாற்றி மாற்றி சாலைகளைத் தோண்டிப் போடுவது கிடையாது. சுலபமான வாழ்க்கைதான். ஆனால் சுதந்திரம் இல்லை. எல்லா பெரிய பொறுப்புகளிலும் தொழில்களிலும் மந்திரிகளின் ஆட்கள்.

இன்னொரு பெரிய கொடுமை, குடியுரிமை. உலகில் எந்த நாட்டிலுமே இல்லாத கொடுமை மலேஷியாவில் நடந்து கொண்டிருக்கிறது. ஒரு தேசத்தில் பல வெளிநாட்டினர் வசிக்கக் கூடிய சாத்தியம் உண்டு. அவர்களுக்கு அந்த நாட்டில் குழந்தை பிறந்தால் அந்தக் குழந்தைக்கு அந்த நாட்டின் குடியுரிமை உண்டு. ஆனால் மலேஷியாவில் அப்படிக் கிடையாது. மூன்று நான்கு தலைமுறைகளாக அங்கே பல ஆயிரம் தமிழ்க் குடும்பங்கள் வசிக்கின்றன. சில நூறு ஆண்டுகளுக்கு முன்பாக அங்கே பிழைக்கச் சென்ற இந்திய வம்சாவளியினர் – உதாரணமாக, முருகன் என்ற என் நண்பரின் தகப்பனார், பாட்டனார் எல்லோருமே அங்கே பிறந்து வளர்ந்தவர்கள். அவர்கள் யாரும் இந்தியாவைப் பார்த்தது கூட இல்லை. ஆனால் முருகனுக்கு முழுமையான மலேஷியக் குடியுரிமை கிடையாது. (பக்கத்து நாடான சிங்கப்பூரில் கூட இப்படி இல்லை; அங்கே பிறந்தால் அந்த நாட்டின் குடியுரிமை உண்டு.) ஆனால் மலேஷியாவில் பல தலைமுறைகளாக அங்கேயே பிறந்து வளர்ந்தாலும் தாத்தாவுக்குத் தாத்தா இந்தியாவிலிருந்து குடியேறியவர் என்பதால் முருகன் மலேஷியாவின் பூமி புத்ரா அல்ல என்று சொல்லி அவர் இரண்டாம் தரக் குடிமகனாகத்தான் நடத்தப்படுவார். மலேஷியாவில் பிறந்து வளர்ந்த சீனர்களுக்கும் இதே நிலைமைதான் என்றாலும் அவர்கள் இதைப் பற்றி அதிகம் கவலைப்படுவதில்லை. ஏன்? அதுதான் சீனனுக்கும் தமிழனுக்கும் உள்ள இனரீதியான குண வேறுபாடு. தமிழன் தன் உரிமை பற்றிக் கவலைப்படுகிறான். ஆனால் சீனனோ கடுமையாக உழைத்துக் காசு சேர்ப்பதில் குறியாக இருக்கிறான். எல்லா சிறு தொழில்களும் இன்று சீனன் கையில்.

மலேஷியாவில் பற்றியெரியும் இன்னொரு பிரச்சினை, பனைமரம். உலகம் பூராவும் அழகுச் சாதனப் பொருட்களுக்காக பனை எண்ணெயின் தேவை அதிகரித்து விட்டது. காடுகளை அழித்துப் பனை பயிரிட மேலை நாடுகள் மறுத்து விட்டன. இதற்கெல்லாம் 'தொக்கு' ஆசிய நாடுகள்தான். மலேஷியாவில் காடுகள் அதிகம். ஊழலும் அதிகம்.

எனவே கொடுக்க வேண்டிய இடத்தில் கோடிகளைக் கொட்டின மேலை நாடுகள். இப்போது மலேஷியக் காடுகள் அழிக்கப்பட்டு அங்கே பனை பயிரிடப்படுகிறது. இது பற்றி ஒரு நாவல் கூட வந்திருப்பதாக அறிகிறேன். விபரம் தெரியவில்லை.

***

என் இளம்பிராயம் முழுவதும் நாகூர் தர்ஹாவின் பெரிய 'மனவரா'விலிருந்து கேட்கும் நஹரா இசையைக் கேட்டே வளர்ந்திருக்கிறேன். நஹரா இசையைக் கேட்டிருக்கிறீர்களா? அமானுஷ்யமான இசை. வேறு எங்குமே அதை நான் பார்த்ததும் இல்லை; கேட்டதும் இல்லை. இந்த இஸ்லாமியப் பின்னணியின் காரணமோ என்னவோ, இசை என் குருதியிலேயே ஓடுவதாக எண்ணுகிறேன். துருக்கியின் தலைநகர் இஸ்தாம்பூல். சென்னையைப் போல் நான்கு மடங்கு பரப்பளவு. உலகத்தின் ஆறாவது பெரிய நகரம் இஸ்தாம்பூல். ஜனத்தொகை ஒன்றரை கோடி. இயற்கையின் அற்புதமான நிலவியல் படைப்பு துருக்கி. இங்கே உள்ள படத்தைப் பாருங்கள்.

படத்தின் இடது பக்கம் உள்ளது ஐரோப்பாவில் உள்ள துருக்கி. வலது புறம் ஆசியாவில் உள்ள துருக்கி. அதே போல் இஸ்தாம்பூல் நகரின் இடது புறம் ஐரோப்பியப் பகுதி. வலதுபுறம் ஆசியப் பகுதி. (நகரின் ஒன்றரைக் கோடி மக்கள் தொகையில் முக்கால்வாசி இந்த ஆசியப் பகுதியில்தான் வசிக்கிறார்கள்.) இடையில் மர்மரா கடல் மற்றும்

கருங்கடல். வலது, இடது இஸ்தாம்பூலைப் பிரிப்பதும் – மர்மரா கடல், கருங்கடல் ஆகிய இரண்டு கடல்களை இணைப்பதும் – பாஸ்ஃபரஸ் ஜலசந்தி. இஸ்தாம்பூலின் ஐரோப்பிய, ஆசியப் பகுதிகளை இணைப்பது கலாட்டா பாலம். உலகின் மிகப் பெரிய அதிசயங்களில் ஒன்று என்னவென்றால், பாலத்தின் இரண்டு பக்கங்களிலும் இரு வேறு வாழ்க்கை; இருவேறு மத நம்பிக்கைகள்; இருவேறு கலாச்சாரங்கள். இப்படி இரண்டு வெவ்வேறு கலாச்சாரங்களை இவ்வளவு குறுகிய இடைவெளியில் உலகில் வேறு எங்கேயும் நாம் காண முடியாது.

இந்த இரும்புப் பாலத்தில் உள்ள அகன்ற நடைபாதையில் வரிசையாகத் தூண்டிலில் மீன் பிடித்துக் கொண்டிருக்கிறார்கள். டபுள் டெக்கர் பாலம். கீழ்ப் பாலத்தில் வரிசையாக உணவு விடுதிகளும் உள்ளன. மீனைப் பிடித்து உடனுக்குடனே சமைத்துத் தருகிறார்கள். பிரிட்ஜ் என்று ஒரு சீட்டாட்டம் இருக்கிறது அல்லவா? 1854ஆம் ஆண்டு நடந்த Crimean War-இன் போது இந்தப் பாலத்தில் வந்து தங்கிய இங்கிலாந்து வீரர்கள் கண்டுபிடித்ததால் அந்த ஆட்டத்துக்கு பிரிட்ஜ் என்ற பெயர் வந்தது. இஸ்தாம்பூல் செல்பவர்கள் இந்தப் பாலத்தைப் பார்க்காமல் வருவது சாத்தியமே இல்லை. பார்ப்பது மட்டும் அல்லாமல் இதில் நடப்பதும் இரவில் தெரியும் இஸ்தாம்பூல் மசூதிகளைக் காண்பதும் அற்புதமான ஒரு அனுபவம். குறிப்பாக சூரியன் அஸ்தமிக்கும் சமயத்தில் நாம் அந்தப் பாலத்தில் இருக்க வேண்டும்.

இஸ்தாம்பூலின் இன்னொரு அதிசயம் இங்கே உள்ள நீல மசூதி. இடதுபுறம் மூன்றும், வலதுபுறம் மூன்றுமாக மொத்தம் ஆறு ஸ்தூபிகளை உடைய இந்த மசூதியில் 'பாங்கு' சொல்வதை வாழ்க்கையில் ஒரே ஒரு முறை கேட்டீர்களானால் நீங்கள் பாக்கியசாலி. இந்த பாங்கை எந்த விபரமும் சொல்லாமல் ஒரு நண்பரிடம் போட்டுக் கேட்கச் செய்தேன். "நம் கபாலீஸ்வரர் கோவில் வேத கோஷம் மாதிரி இருக்கிறதே" என்றார். சத்தியமாக சொல்கிறேன். கனபாடிகள் வேதம் ஓதுவதையும் மௌல்விகள் குரான் ஓதுவதையும் கேட்டீர்களானால் இரண்டும் ஒன்றே போல் இருக்கக் காண்பீர்கள். எல்லா மதங்களின் ஆதிப் பிரார்த்தனை வடிவங்களும் ஒன்றுதான்.

ஏப்ரல் 16, 2015

17.) இந்திய வாழ்க்கை

சென்ற வாரம் குறிப்பிட்டிருந்த மலேஷிய கடைக்காரரை ஞாபகப்படுத்திக் கொள்ளுங்கள். மாதம் 50000 ரூ. சம்பாதிக்கும் அவர் அதே பணத்தை அவருடைய கேரளத்தில் ஈட்ட முடியும் என்றாலும் கேரளம் செல்ல விரும்பவில்லை. காரணம், இந்திய வாழ்க்கை மிகவும் கடினம் என்றார். அவரை தேசப் பற்றில்லாதவர் என்று தூற்றினால், ஒரு சராசரி இந்தியனின் பிரச்சினையை புரிந்து கொள்ளவில்லை என்றே அர்த்தமாகும். அப்படிப் புரிந்து கொள்ளாத வரை இந்தியாவை ஒரு இஞ்ச் கூட முன்னேற்றப் பாதையில் நகர்த்த முடியாது.

லஞ்சம் வாங்குவது தப்பு என்பதைப் போல் கொடுப்பதும் தப்புதான். எல்லோருக்கும் தெரியும். ஆனால் சுடுகாட்டில் கூட வெட்டியானுக்கு லஞ்சப் பணம் கொடுத்தால்தானே அவன் எனக்கு உயிர் கொடுத்த அன்னையின் சடலத்தை சரியான முறையில் எரியூட்டுகிறான்? இது என் சொந்த அனுபவம். அந்த வெட்டியானின் பிரச்சினை என்ன என்று பார்த்தால் அவனுக்குக் கொடுக்கப்படும் கூலி ஒரு வேளை கஞ்சிக்கே போதவில்லை. இப்படி ஆரம்பமும் முடிவும் இல்லாத சிக்கலான வளையத்தைப் போல் இந்தப் பிரச்சினை நம்மை எங்கெங்கோ இட்டுச் செல்கிறது. ஓடும் ரயிலில் குதித்துத் தற்கொலை செய்து கொள்வது வரை இந்தக் கதை மிக நீண்டது. இதுதான் இந்திய எதார்த்தத்தின் குரூரமான முகம்.

***

சமீபத்தில் நரசய்யா எழுதிய கடலோடி என்ற நூலைப் படித்தேன். இந்தியா சுதந்திரம் அடைந்தவுடன் அமைக்கப்பட்ட முதல் கடல் படையில் சேர்ந்து பத்து ஆண்டுகள் அதிகாரியாகப் பணியாற்றியவர்

நரசய்யா. ஐ.என்.எஸ். விக்ராந்த் என்ற விமானம் தாங்கிக் கப்பலின் ஃப்ளைட் டெக் சீஃப்–ஆகவும் இருந்துள்ளார். அந்தக் கப்பலை இங்கிலாந்திடமிருந்து வாங்கியது இந்தியா. அதை இந்தியா கொண்டு வருவதற்காக 30 மாலுமிகளின் தலைவராக லண்டன் செல்கிறார் நரசய்யா. போய்ப் பார்த்தால் லண்டன் விமான நிலையத்தில் இவர்களை வரவேற்க யாருமே இல்லை. பிறகு யார் யாரிடமோ கேட்டு, தங்களை ஏற்றிச் செல்ல வந்திருக்கும் டிரைவரைக் கண்டு பிடிக்கிறார். அவரோ 13 பேரை மட்டுமே ஏற்றிச் செல்ல வந்ததாகக் கூறுகிறார். காரணம், அப்படித்தான் இந்தியாவிலிருந்து அவர்களுக்குச் செய்தி போயிருக்கிறது. போனது நரசய்யாவையும் சேர்த்து 31 பேர். அதில் இருந்த 'ஒன்று' இடம் மாறி விட்டது, அவ்வளவுதான். பிறகு டிரைவருக்கு லஞ்சம் கொடுத்து ரயில் நிலையம் செல்கிறார்கள் நரசய்யாவும் மாலுமிகளும். ரயில் ஏறி அவர்கள் கப்பல் நின்று கொண்டிருக்கும் பெல்ஃபாஸ்ட் நகர் போக வேண்டும். இந்தியக் காரியாலயத்தில் ரயில் டிக்கட் கொடுக்கப்பட்டது. அதை வாங்கிக் கொண்டு ரயிலுக்குள் ஏறினால் டிக்கட் பரிசோதகர் அவர்களை நடுவழியில் இறக்கிவிட்டு விடுவேன் என்கிறார். ஏனென்றால், டிக்கட்டில் அத்தனை பேருக்குமான லக்கேஜுக்கும் பணம் கட்டவில்லை. பிறகு நரசய்யா எல்லா மாலுமிகளிடமும் பணம் வசூலித்து அபராதம் கட்டிய பிறகுதான் சிக்கல் தீர்ந்தது.

நரசய்யா வணிகக் கப்பல்களில் பணியாற்றும் போது நடந்த இன்னொரு சம்பவம். அவரே சொல்கிறார்: "நாங்கள் 40000 டன் தாதுப் பொருளை கோவா துறைமுகத்தில் ஏற்றிக் கொண்டோம். இதற்கு சுமார் 25 நாட்கள் ஆயிற்று. அதையே ஜப்பானில் 'கிமிட்சு' என்ற துறைமுகத்தில் இறக்க, அவர்கள் கருவிகளால், சரியாக 36 மணி நேரம்தான் ஆயிற்று!" மேலும், ஜப்பானில் இரண்டு துறைமுகங்களில் சேர்ந்து சுமார் ஒரு வார காலம் இருந்த போதிலும் தன்னால் ஜப்பானைப் பார்க்க முடியவில்லை என்று எழுதுகிறார் நரசய்யா. ஏனென்றால், லஞ்சம் வாங்கிக் கொண்டு விதிகளை மீறி கப்பல் அதிகாரிகளை வெளியே விட ஜப்பான் துறைமுகங்களில் யாரும் அனுமதிப்பதில்லையாம். ஆனால் கிழக்கு ஆஃப்ரிக்க தேசமான கின்யாவில் மொம்பாஸா என்ற துறைமுகத்தில் ஒரு பாக்கெட் சிகரெட் கொடுத்தால் ஒரு மணி நேரம் வெளியே சுற்றி விட்டு வர அனுமதிக்கிறார்கள்! மேலும் சொல்கிறார்: "(இந்த விஷயத்தில்) இந்தியாவை கிட்டத்தட்ட அந்தக் கிழக்கு ஆஃப்ரிக்க நாட்டுடன்தான் ஒப்பிடலாம்."

***

சமீபத்தில் என் நண்பர் ஒருவர் சொன்ன விஷயம் இது: வயது 58. மத்தியதர வாழ்க்கையில் நம்மால் குடும்பத்தோடு வெளிநாட்டுக்குச்

சுற்றுலா செல்வதெல்லாம் சாத்தியமா என்ன? ஏன், கொச்சியிலிருந்து 14 மணி நேரம் கப்பலில் போனால் லட்சத் தீவுகள் வந்து விடும். பூலோக சொர்க்கம். பாஸ்போர்ட் கூட வேண்டாம். நம் நாட்டுக்குள்தான் இருக்கின்றன அத்தீவுகள். ஆனால் நம்மிடம் அப்படியெல்லாம் பயணம் செல்லும் கலாச்சாரமோ அதற்கு வேண்டிய வசதியோ கிடையாது. வெளியூர்ப் பயணம் என்பது காது குத்து, கல்யாணம், கருமாதி என்றால் மட்டுமே நடக்கும் சம்பவம். என் நண்பருக்குத் திருமணம் ஆகி 34 ஆண்டுகள் ஆகின்றன. இத்தனை ஆண்டுகளில் மனைவியை அழைத்துக் கொண்டு இன்பச் சுற்றுலா எங்குமே சென்றதில்லை. அவருடைய தர்மபத்தினிக்கு அது ஒரு தீராத குறை. பக்கத்தில் உள்ள கொடைக்கானலுக்காவது ஒருமுறை சென்று வரலாமா என்று 34 ஆண்டுகளாகத் தன் கணவரை நச்சரித்துக் கொண்டிருக்கிறார். என் நண்பருக்கு மட்டும் ஆசை இல்லையா என்ன? “தேன் நிலவுக்கே சுவிட்சர்லாந்து போகணும்னுதான் சார் ஆசைப்பட்டேன். ஒரு தனியார் நிறுவனத்தில் வேலை செய்யும் கடைக்கோடி ஊழியன் அப்படியெல்லாம் ஆசைப்பட முடியுமா? பயணத்துக்கு என்று எப்போது பணம் சேர்த்தாலும் குழந்தைகளின் படிப்புச் செலவுக்கு ஆகி விடுகிறது” என்று சொன்னார். “சரி, கொடைக்கானல் போய் வரலாமே? அதில் என்ன கஷ்டம்?” அப்படி இப்படி என்று திருமணம் ஆகி 24 ஆண்டுகளுக்குப் பிறகு – அதாவது 10 ஆண்டுகளுக்கு முன்பு தம்பதிகள் கொடைக்கானலுக்குத் ‘தேன் நிலவு’ செல்ல ஏற்பாடாகியது. டிக்கெட் எல்லாம் போட்டாயிற்று. குழந்தைகளை மாமியார் வீட்டில் விட்டு விட்டுக் கிளம்புவது என்று திட்டம். கிளம்புவதற்கு முன் தினம் நண்பரின் மாமியார் மேலே டிக்கட் வாங்கி விட்டார். “ம்... இப்படி அழுதுண்டே கிளம்பினா எப்படி உருப்படும்?” என்பது தர்மபத்தினியின் மதிப்புக்குரிய காமெண்ட். அடுத்து, ஐந்து ஆண்டுகளுக்கு முன்பு கொடைக்கானல் பயணம் ஏற்பாடாகியது. டிக்கட், ஓட்டல் புக்கிங் எல்லாம் முன்பு போலவே செய்தாகி விட்டது. கிளம்புவதற்கு முன் தினம் நண்பரின் தகப்பனார் ‘கிளம்பி’ விட்டார். 90 வயது. “அதெல்லாம் நல்ல மனசு இருக்கணும். காசு காசுன்னு இருந்தா இப்பிடித்தான் ஆகும். ம்... கொடைக்கானல் இனிமே அடுத்த ஜென்மால தான்.” தர்மபத்தினியின் மேன்மையான காமெண்ட்.

இப்போது நண்பரின் மகன் பெரிய வேலைக்குப் போய் விட்டான். எப்படியும் தன் அம்மாவும் அப்பாவும் கொடைக்கானல் சென்று வர வேண்டும் என்று அவனே திட்டமிட்டு – அங்கே கொடைக்கானலில் சுற்றுவதற்குக் கார் உட்பட – எல்லா ஏற்பாடும் செய்து விட்டான். ரயிலிலும் ஏறி உட்கார்ந்தாகி விட்டது. தன் வீட்டுக்காரரால்

இயலாததைத் தன் மகனாவது செய்து காட்டி விட்டானே என்று நண்பரின் மனைவிக்குப் பெருமை. "நான் என்னடி செய்யட்டும், கிளம்பற நேரத்துல யாராவது மண்டையைப் போட்டா?" என்று நண்பர் பலஹீனமாகச் சொல்ல, "நல்ல நேரத்துல எதானும் அபசகுனமாப் பேசாதேங்கோ." அத்தோடு நண்பர் வாயை மூடிக் கொண்டார்.

இப்படியாக தம்பதியருக்குத் திருமணம் ஆகி 34 ஆண்டுகள் கழித்து கொடைக்கானலுக்குத் தேன் நிலவு சென்றால் அங்கே அவர்களுக்கு ஒரு அதிர்ச்சி காத்திருந்தது. கொடைக்கானலில் அன்றைய தினம் பந்த். ஊரில் ஒரு ஈ காக்காய் கிடையாது. எல்லாக் கட்சிகளும் சேர்ந்து செய்த பந்த். சாப்பாட்டு ஓட்டல்கள் கூட இல்லை. இவர்கள் தங்கிய லாட்ஜிலும் சாப்பாட்டு வசதி இல்லை. சரி, பிஸ்கட்டாவது சாப்பிட்டு பசியை அடக்கலாம் என்று பார்த்தால் ஏதோ ஊரடங்கு உத்தரவு போட்டது போல் இருக்கிறது. விஷயம் தெரியாமல் சுற்றுலா வந்த பயணிகள் அத்தனை பேரும் அன்றைய தினம் கொலைப்பட்டினி. (இனிமேல் எவனாவது சுற்றுலா கிற்றுலா கிளம்புவானா?) "அப்புறம் என்னதான் செய்தீர்கள்?" என்று கேட்டேன். நம் நாடு ஜீவித்திருப்பதே அந்த ஒரு விஷயத்தினால்தான் என்று தோன்றுகிறது. காற்றைப் போல் எங்கேயும் நீக்கமற நிறைந்திருக்கும் லஞ்சம். ஒரு ஆட்டோக்காரர் இவர்களை ஒரு கமுக்கமான இடத்துக்கு அழைத்துச் சென்று பிஸ்கட்டை 'ப்ளாக்'கில் வாங்கிக் கொடுத்திருக்கிறார். பத்து ரூபாய் பிஸ்கட் நூறு ரூபாய். ஆட்டோவுக்கு நூறு! "நிறைஞ்ச மனசோட வந்தாத்தானே? எப்போ பார்த்தாலும் புலம்பிண்டே இருந்தா எப்படி உருப்படும்?" தர்மபத்தினியின் காமெண்ட்.

நம் தேசத்தின் பிரச்சினை என்னவென்றால், அறம், தர்மம் ஆகியவற்றை நாம் இழந்து விட்டோம். ஆங்கிலத்தில் ethics என்பார்கள். பந்த் என்பது மகாத்மா காந்தி வெள்ளையரை எதிர்க்க நமக்கு அறிமுகப்படுத்திய அறப் போராட்டம். ஆனால் சுற்றுலாப் பயணிகள் வரும் ஊரில் முழுமையான பந்த் நடத்துவது அறமா? தர்மமா? உணவு விடுதிகளுக்குக் கூட விதிவிலக்கு அளிக்கக் கூடாதா?

***

ஒருநாள் காலையில் மெரினாவில் நடைப் பயிற்சி மேற்கொண்டிருந்த போது பல்கலைக்கழக நூற்றாண்டு மண்டபம் வரை போய் விட்டேன். அப்போது ஒரு கல்லூரி மாணவி தன் ஸ்கூட்டரை நிறுத்தி விட்டு இறங்கினார். அவரைப் பார்த்தவுடன் அங்கே சுற்றிக் கொண்டிருந்த நாலைந்து நாய்கள் ஓடி வந்தன. தான் கொண்டு வந்திருந்த பையிலிருந்து பிஸ்கட்டுகளை எடுத்து அந்த நாய்களுக்குக் கொடுத்தார். அந்தக்

காட்சியைப் பார்த்து நான் அப்படியே நின்று விட்டேன். பல்லுயிர் ஓம்புதல் என்றால் இதுதான்.

Thor Heyerdahl (1914 - 2002) என்பவர் நார்வேயைச் சேர்ந்தவர். இயற்கையையும் விலங்குகளையும் நேசித்த ஒரு கடல் பயணி. அவர் 1947 ஆம் ஆண்டு Kon-Tiki என்ற ஒரு கடல் பயணத்தை மேற்கொண்டார். தென்னமெரிக்காவின் பெருவிலிருந்து பாலினேஷியன் தீவு ஒன்றுக்குச் செல்வதே அந்தப் பயணத்தின் நோக்கம். பாலினேஷியா என்பது மத்திய மற்றும் தென் பசிஃபிக் பெருங்கடலில் உள்ள சுமார் 1000 தீவுகளைக் குறிக்கிறது. ஹவாய், நியூஸிலாந்து, ஈஸ்டர் தீவு மூன்றையும் இணைக்கும் முக்கோணத்தைக் கற்பனை செய்து கொண்டால் அதற்குள் அடங்கும் பகுதிதான் பாலினேஷியா.

தோர் ஹயர்டால் மேற்கொண்ட கோன் டிக்கி பயணத்தின் சிறப்பு என்னவென்றால், திசைமானி, வானொலி இரண்டையும் தவிர வேறு நவீன வசதி எதுவுமே இல்லை. வெறும் மரக்கட்டைகளை அருகருகே வைத்துக் கட்டிய மிதவை (Raft) மட்டுமே மரக்கலம். மிதவையின் ஒரு பக்கத்தில் வெயில் மழையிலிருந்து ஒதுங்கவும் உறங்கவுமான ஒரு சிறிய கூடாரம். மற்றும் காற்றை சமாளிக்க ஒரு பாய்மரம்.

வானொலிக்கு சிக்னல் கிடைக்க வானில் பறக்கவிடப்பட்ட ஆண்டனா தொடர்பையும் தோர் எடுத்துச் சென்றிருந்த பஞ்சவர்ணக் கிளி அறுத்து விடுகிறது.

அந்த ஆபத்தான பயணத்தில் தோருடன் மேலும் ஐந்து பேர் கிளம்பினார்கள். ஆரம்பத்தில் தோருக்கு இந்தப் பயணத்துக்கான எந்த உதவியும் யாரிடமிருந்தும் கிடைக்கவில்லை. எல்லோருமே இது ஒரு தற்கொலைப் பயணம் என்றே சொன்னார்கள். ஆனாலும் தோருக்கு நம்பிக்கை இருந்தது. எப்படி? பஞ்ச பூதங்களை வணங்கிய நம் முன்னோர்களைப் போல் அவர் இயற்கையைக் கடவுளாகவே வழிபட்டார். நம்மோடு இந்த பூமியைப் பகிர்ந்து கொள்ளும் விலங்குகளை சஹ்ருதயர்களாகக் கருதினார். அவருடைய நம்பிக்கை கடைசியில் அவருக்குக் கை கொடுத்ததா? பாலினேஷியன் தீவுகளில் ஒன்றை அவருடைய மிதவை சென்றடைந்ததா? அடுத்த வாரம் பார்ப்போம்.

ஏப்ரல் 23, 2015

18.) உம்மை ஒரு போதும் நான் மறவேன்!

ஞாபகப்படுத்திக் கொள்ளுங்கள். 1947ஆம் ஆண்டு தோர் ஹயர்டால் மோட்டார் எஞ்சின் போன்ற எந்த நவீன வசதிகளையும் ஏற்றுக் கொள்ளாமல் வெறும் மரக் கட்டைகளை வைத்துக் கட்டிய மரக்கலத்தில் பாய்மரத்தை விரித்துக் கொண்டு திசைமானியையும் நட்சத்திரங்களையும் மட்டுமே திசைகாட்டிகளாகக் கொண்டு 8000 கிலோமீட்டர் பயணம் செய்து பாலினேஷியன் தீவுகளில் ஒன்றை அடைய நினைத்தார். ஏன் இந்த விபரீதப் பயணம்? 1500 ஆண்டுகளுக்கு முன்னால் பெரூ தேசத்து மாலுமிகள் டிக்கி கடவுளின் துணையால் இப்படித்தான் பாலினேஷியன் தீவுகளை மிதவைகளின் மூலம் கடந்தார்கள். கடலைக் கண்டு அவர்கள் பயம் கொள்ளவில்லை. தரைவழியைப் போல் கடல் ஒரு பாதை. கடல் மாதாவையும் சூரியத் தந்தையையும் வணங்கி வழிபட்டால் அவர்கள் நம்மை நாம் செல்ல வேண்டிய இடத்துக்குக் கொண்டு போய் சேர்ப்பார்கள் என்பதே பெருவிய மாலுமிகளின் நம்பிக்கை. அந்த நம்பிக்கையில்தான் நானும் போகிறேன் என்று கிளம்பினார் தோர். பாய் மரத்தில் டிக்கியின் படம். டிக்கி என்றால் இன்கா மொழியில் சூரியக் கடவுள் என்று பொருள். பெருவிய மாலுமிகள் தென்னமெரிக்காவிலிருந்து பாலினேஷியத் தீவுகளுக்குக் கடல் வழியாகச் சென்றது கொலம்பஸின் கடல் பயணத்துக்கு முன்பே நடந்தது.

ஆறு பேர் அடங்கிய தோர் ஹயர்டால் குழு தங்கள் தேவைக்கு கேன்களிலும், மூங்கில்களிலும் 1041 லிட்டர் தண்ணீர் எடுத்துக் கொண்டார்கள். உணவுக்கு 200 தேங்காய், சர்க்கரைவள்ளிக் கிழங்கு மற்றும் சமைக்காமல் தின்னக் கூடிய பருப்பு வகைகள். இவை தவிர தினமும் கடலில் கிடைக்கும் மீன்கள். கடைசியாக தோர் குழுவினர் பெருவிலிருந்து கிளம்பிய 101ஆம் நாள் முதல்முதலாகக் கரையைக் கண்டார்கள்.

தனது கோன் டிக்கி பயண அனுபவத்தை 1948இலேயே புத்தகமாக எழுதினார் தோர். உலகின் பல மொழிகளில் மொழிபெயர்க்கப்பட்ட நூல் அது. தோர் தன்னுடன் ஒரு மூவி கேமராவைக் கொண்டு சென்றிருந்தார். அதில் தங்கள் பயணத்தை அவர் படம் எடுத்தார். அந்த ஆவணப்படம் 1951இல் கோன் டிக்கி பயணம் என்ற பெயரில் வெளிவந்து ஆஸ்கர் பரிசும் பெற்றது. அதன் பின்னர் 2012ஆம் ஆண்டு முழுநீளப் படமாக வெளிவந்தது. அதுவும் சிறந்த வெளிநாட்டுப் படத்துக்கான ஆஸ்கர் பரிசை வென்றது என்பது குறிப்பிடத்தக்கது. தோர் பயணம் செய்த கட்டுமரம் இன்றும் ஆஸ்லோ நகரில் மக்கள் பார்வைக்கு வைக்கப்பட்டுள்ளது. தோருடன் பயணம் செய்த ஐந்து பேரில் ஒருவன் இந்தப் பயணத்தை மேற்கொள்வதற்கு முன்பு ஃப்ரிஜ் விற்பனையாளனாக இருந்தவன். கடல் பற்றியோ கடல் பயணம் பற்றியோ எதுவும் அறியாதவன். கடல் பயணத்துக்கு வேண்டிய உடல் வலுவும் இல்லாமல் தொப்பையும் தொந்தியுமாக இருப்பவன். இதனால் இவனை மற்றவர்களுக்கு அதிகம் பிடிக்காது. ஆனால் தோர் அது பற்றிக் கவலைப்படவில்லை. ஏனென்றால், அவருக்கே நீச்சல் தெரியாது. சிறுவனாக இருந்த போது குளத்தில் விழுந்து சாகத் தெரிந்த தோரை ஒருவர் காப்பாற்றியதால்தான் உயிர் பிழைத்தான். அதற்குப் பிறகு தோர் நீச்சலே கற்றுக் கொள்ளவில்லை. நீச்சலும் தெரியாமல் ஒரு கட்டுமரத்தில் எப்படி பசிஃபிக் பெருங்கடலில் 8000 கிலோமீட்டர் தூரத்தைக் கடக்கப் போகிறீர்கள் என்று பலரும் கேட்ட போது தோர் சொன்ன ஒரே பதில்: “இன்கா பழங்குடியினரைப் போலவே நானும் டிக்கியை (சூரியக் கடவுள்) நம்புகிறேன்.”

கோன் டிக்கி பயணத்தில் கடலில் பல இடங்களில் அவர்கள் மாபெரும் சுறாக்களை எதிர்கொள்ள வேண்டியிருந்தது. அந்தப் பயணத்தில் தோர் ஒரு விஷயத்தைக் கற்றுக் கொண்டார். சுறாக்களை நாம் ஒன்றும் தொந்தரவு செய்யாவிட்டால் அவைகளும் தம் பாட்டுக்குப் போய் விடுகின்றன. பல சுறாக்கள் அவர்களின் மிதவைக்கு அடியிலேயே நீச்சலடித்துச் சென்று கொண்டிருந்தன. ஒருநாள் ஒரு சுறா தோர் குழுவினரின் பஞ்சவர்ணக் கிளியைத் தின்று விடுகிறது. உடனே கேப்டன் தோர் சொல்லியும் கேட்காமல் ஃப்ரிஜ் விற்பனையாளன் ஒரு அம்பை எடுத்து வீசி விடுகிறான். அந்த சுறா காயமடைந்ததும் ஏகப்பட்ட சுறாக்கள் மிதவையைச் சூழ்ந்து விடுகின்றன. தோர் தான் அவைகளிடம் மன்னிப்புக் கேட்டு அவைகளை விலகச் செய்கிறார். விலங்குகளுக்கு நம்மைப் போல் பேசத் தெரியாது என்றாலும் நாம் சொல்வதும் செய்வதும் அவைகளுக்குப் புரியும்.

***

சில தினங்களுக்கு முன்பு காலமான இசை முரசு ஈ.எம்.ஹனீஃபா

பற்றி எத்தனை பேர் நினைவு கூர்ந்தார்கள் என்று தெரியவில்லை. பத்திரிகைகளிலும் அவருடைய பெருமைக்கேற்றபடி செய்திகள் வரவில்லை. எனக்கு இலக்கியத்தை விட அதிக விருப்பமானது இசை. என் இசை ரசனைக்கு வித்திட்டவர்களில் முதன்மையானவர் நாகூர் ஹனீஃபா. நினைவு தெரிந்த நாள் முதலாய், ஹனீஃபாவின் பாடல்களைக் கேட்டு வளர்ந்தவன் நான். ஹனீஃபாவின் குரல் வேறு யாராலும் பின்பற்ற முடியாத தனித்துவம் கொண்டது. அந்த வகையில் unique-ஆன பாடகர் அவர். இந்தி கிஷோர் குமாரின் குரலும் தனித்துவமானதுதான் என்றாலும் அவருடைய பாணியில் அவருக்கு முன்னதாக கே.எல்.செய்கல் இருந்திருக்கிறார். இதை கிஷோர் குமாரே குறிப்பிட்டும் இருக்கிறார். கிஷோரைப் போல் யாரேனும் பாடி விடவும் கூடும். ஆனால் ஹனீஃபாவைப் போல் பாட அவரை விட்டால் வேறு யாருமே இல்லை. உலகிலேயே அவர் மட்டும்தான். இது பற்றி ஹனீஃபா, "இதில் ஆச்சரியப்பட என்ன இருக்கிறது? கோடிக்கணக்கான மனிதர்கள் பிறந்து கொண்டு இருந்தாலும் ஒவ்வொருவருக்கும் ஒவ்வொரு தனி முகம்தானே இருக்கிறது? ஒருவரைப் போல் இன்னொருவர் இல்லையே?" என்கிறார். தொடர்ந்து சொல்லும் போது, "என்னைப் போல் என் குரலில் பல இளைஞர்கள் பாடுவதைக் கேட்கிறேன். ஆனால் இரண்டு பாட்டுகளுக்கு மேல் அவர்களின் குரல் வேறு மாதிரி ஆகி விடுகிறது" என்கிறார். உண்மைதான். ஒலிபெருக்கி இல்லாமலேயே பல காத தூரம் கேட்கும் அளவுக்கு கனத்த குரல் ஹனீஃபாவினுடையது. அதே சமயம் தேனினும் இனிமையானது. இதையெல்லாம் விடப் பெரிய விஷயம், நான்கு ஐந்து மணி நேரத்துக்கு இடைவிடாமல் மழை போல் பொழியும் இசைக் கோமகன் ஹனீஃபா. வேறு யாராலும் இவ்வளவு high pitch குரலில் நான்கு ஐந்து மணி நேரம் பாடுவதை யோசித்தும் பார்க்க முடியாது. அதிலும் பல பாடல்களில் சுவாசத்தில் இடைவெளியே கொடுக்காமல் பாடிக் கொண்டே போவார்.

உதாரணமாக, *திக்குத் திகந்தமும் கொண்டாடியே* என்ற பனிரண்டு நிமிடப் பாடலில் முதல் ஆறு நிமிடம் ஹனீஃபாவின் குரல் இசையும் இறைமையும் கலந்து நிற்கும் உன்னத வெளிக்கு நம்மை அழைத்துச் செல்லும். ஆறு நிமிடம் கழிந்த பிறகே, *உம்மை ஒரு போதும் நான் மறவேன் மீரா* என்ற அற்புதப் பாடல் நிகழும். இந்தப் பாடலைக் கேட்டு கண்ணீர் விடாத மனிதரை நான் கண்டதில்லை.

ஹனீஃபாவின் இசைமழையில் நனைந்து வளர்ந்த பயிர் நான். கந்தூரியின் போதும் மற்ற விசேஷங்களிலும் ஹனீஃபாவின் கச்சேரி இரவு முழுவதும் நடைபெறும். அவரது பாடல்கள் மதம், இனம் போன்ற பாகுபாடுகளைக் கடந்தவை என்றாலும் பல பாடல்களில்

இஸ்லாமிய அறக் கோட்பாடுகளையும் வாழ்வியல் நெறிகளையும் விளக்குபவையாக இருக்கும். உதாரணம்: *அதிகாலை நேரம் சுபுஹூக்குப் பின்னே அண்ணல் நபி வரும் போது இன்னல் செய்தாள் ஒரு மாது* என்ற பாடல் நபிகள் நாயகத்தின் வாழ்வில் நடந்த ஒரு நிகழ்வை விளக்கும். இன்னா செய்தாரை ஒறுத்தல் அவர் நாண நன்னயம் செய்து விடல் என்ற குறளை நினைவூட்டும் சம்பவம் அது.

இது போல் எண்ணற்ற ஹதீஸ்களைப் பாடலாகப் பாடியிருக்கிறார் ஹனீஃபா. *நெஞ்சம் உருகுதம்மா* என்ற பாடலில் தீனோர்களின் தியாக வரலாற்றைச் சொல்லுவார். *ஐந்தாயிரம் ஆண்டுகள் முன்பே நடந்தது அரபு நாட்டிலே ஓர் தியாகம்* என்ற ஒரு பாடல். இடது காதை இடது கையால் பிடித்தபடி ஹனீஃபாவின் தனி முத்திரையான 'ஓ...' என்று இழையும் குரலை இந்தப் பாடலில் கேட்கலாம். *கன்னியரே அன்னையரே கொஞ்சம் நில்லுங்கள்; கண்மணியாம் ஃபாத்திமாவின் சரிதம் கேளுங்கள், ஃபாத்திமா வாழ்ந்த முறை உனக்குத் தெரியுமா?, தீன்குலக் கண்ணு...* போன்ற பாடல்கள் ஒரு இஸ்லாமியப் பெண் எப்படி இருக்க வேண்டும் என்பதைச் சொல்பவை. அது தவிர இந்தப் பாடல்களின் இனிமை கேட்பவரை இசைப் பேரின்பத்தில் ஆழ்த்துபவை.

ஆயிரத்துக்கும் அதிகமான பாடல்களைப் பாடியிருக்கும் இசைமுரசு ஈ.எம்.ஹனீஃபாவின் மிக முக்கியமான பாடல்கள்: *கருணைக் கடலாம் காதர்வலியின் காரண சரிதம் கேளுங்கள்*, கரீப் நவாஸ் (ஏழைகளின் பங்காளன்) என்று அழைக்கப்படும் அஜ்மீர் ஒளலியாவைப் பற்றிய பாடலான *அஜ்மீர் ராஜாவே கருணை க்வாஜாவே, சொன்னால் முடிந்திடுமோ சொல்வதென்றால் இயன்றிடுமோ, என்னவென்பேன் என்னவென்பேன் ஏந்தலர் பெருமைகளை...* மேலும் பல பாடல்கள் குதூகலத்தையும் கொண்டாட்டத்தையும் அளிக்கக் கூடியவை. அதற்கு உதாரணங்கள்: *அருள் மேவும் ஆண்டவனே அன்புடைய காவலனே; மக்கத்து மலரே மாணிக்கச் சுடரே யார சூலல்லாஹ்; மௌத்தையே நீ மறந்து இங்கு வாழலாகுமா?* (மௌத் = மரணம்);*'தென்றல் காற்றே கொஞ்சம் நில்லு, எங்கள் திருநபியிடம் போய்ச் சொல்லு...; ஹஸ்பி ரப்பி ஜல்லல்லா; உலக மக்கள் யாவருக்கும் உரிமையானவர்.*

இந்தியாவின் சூஃபி பரம்பரையில் வந்த மாபெரும் இசைக் கலைஞனான இசைமுரசு ஈ.எம்.ஹனீஃபா நவீன இசைக் கருவிகள் பழக்கத்துக்கு வரும் முன்பே நான்கே நான்கு கருவிகளோடு தப்லா, ஹார்மோனியம், ஷெனாய், டேப் (ஃபக்கீர்கள் பயன்படுத்தும் இசைக்கருவி) நான்கைந்து மணி நேரம் கச்சேரி செய்தவர். என்னுடைய வருத்தம் என்னவென்றால் தமிழ்நாடே கொண்டாட வேண்டிய ஒரு மாபெரும் இசைக் கலைஞனான ஈ.எம்.ஹனீஃபாவிடம் சினிமாவின்

நிழல் படாத காரணத்தால் அவரது மரணம் கவனிக்கப்படாமல் போயிற்றே என்பதுதான். ஹனீஃபா தன் வாழ்நாள் முழுவதும் சினிமாவை ஒதுக்கித் தள்ளினார். *குலேபகாவலி, பாவ மன்னிப்பு* போன்ற இரண்டு மூன்று படங்களில் தான் பாடினார். ஹனீஃபாவின் இன்னொரு சாதனை, திராவிட முன்னேற்றக் கழகம் மாபெரும் மக்கள் இயக்கமாகத் திரண்ட ஆரம்ப காலத்திலும் சரி, அதற்குப் பிறகு ஆட்சி அதிகாரத்துக்கு வந்த பிறகும் சரி, அந்தக் கட்சியை மக்களிடம் கொண்டு சென்றதில் ஹனீஃபாவின் பங்கு மகத்தானது. கருத்து உடன்பாடு இல்லாவிட்டாலும் கூட, *கல்லக்குடி கொண்ட கருணாநிதியே* என்ற பாடலைக் கேட்கும் போது நம் மனம் உருகி விடும்.

ஹனீஃபா தன்னுடைய பெரும்பான்மையான பாடல்களுக்குத் தானே இசை அமைத்தார். அவருடைய ஒரு பாடல் கூட கேட்பதற்கு அசுவாரசியமாக இருந்ததில்லை. இங்கே நான் குறிப்பிட வேண்டிய இன்னொரு விஷயம், அவருடைய பாடல்களை இயற்றியவர்கள் புலவர் ஆபிதீன் மற்றும் நாகூர் சலீம். இரண்டாமவர் ஆயிரக் கணக்கான பாடல்களை இயற்றியவர். கவிஞர் கண்ணதாசன், வாலி ஆகியோருடன் இணையாகப் பேசப்பட வேண்டிய நாகூர் சலீமும் சினிமாவின் நிழல் படியாத இடத்தில் இருந்ததால் பிரபலமாக அறியப்படவில்லை. இந்த மகத்தான கலைஞர்களை இந்தத் தருணத்திலாவது நாம் நினைவு கூருவோம். அதன் பொருள், காலத்தால் அழியாத அவர்களின் பாடல்களைக் கேட்டு இன்புறுவோம்.

பின்குறிப்பு:

ஏ.ஆர்.ரஹ்மான் ஒருமுறை, “ஈ.எம்.ஹனீஃபாவின் பாடல்களை ஒன்று திரட்டி, டிஜிட்டல் தொழில்நுட்பத்தின் உதவியுடன் தொகுக்க வேண்டும்” என்று சொன்னார். அதை அவர் கூடிய விரைவில் செய்ய வேண்டும். இன்ஷா அல்லாஹ்!

ஏப்ரல் 30, 2015

19.) உண்மை தரும் விடுதலை

கோடை வந்து விட்டது. நம் கூடவே இந்தப் பூமியில் வாழும் சக ஜீவிகளான பட்சிகளுக்கும் மற்ற பிராணிகளுக்கும் உதவி செய்ய இந்தக் கோடை நமக்கு ஒரு நல்வாய்ப்பை அளித்திருக்கிறது. நீங்கள் அடுக்குமாடிக் குடியிருப்பில் வசிப்பவராக இருந்தால் கீழ்த்தளத்திலும் மொட்டை மாடியிலும் இரண்டு வாயகன்ற பாத்திரங்களில் நிறைய தண்ணீர் ஊற்றி வையுங்கள். காகங்களின் தாகம் ஆறும். தினமும் தண்ணீரை மாற்றுங்கள். அது முக்கியம். தனி வீடாக இருந்தால் சுவரின் மேலே பாத்திரத்தில் தண்ணீர் நிரப்பி வையுங்கள். எங்கள் வீட்டு வாசலில் எப்போதும் பத்து இருபது காகங்கள் நீர் அருந்திக் கொண்டிருக்கும். அதோடு இப்போது இரண்டு பசுக்களும் சேர்ந்து கொண்டன. நாங்கள் கொடுக்கும் தண்ணீரைக் குடித்து விட்டு அங்குள்ள மரநிழலிலேயே அமர்ந்து விடுகின்றன.

***

மகாத்மா காந்தி பற்றி மாணவர்களும், இளைஞர்களும், மற்றவர்களும் என்ன நினைக்கிறார்கள்? பலரிடமும் இந்தக் கேள்வியைக் கேட்டேன். பல்லி கௌளி சொல்வது போல் சப்தம் எழுப்புகிறார்கள். காந்தி என்றால் அவ்வளவு எகத்தாளம். சிலரோ அதற்கும் மேலே. கோட்ஸே செய்தது சரிதான் என்கிறார்கள். காந்தியால்தான் இந்தியா உடைந்ததாம். வரலாறு தெரியாதவர்கள் வேறு எப்படிப் பேசுவார்கள்? தேசத்தைத் துண்டாடுவது என்றால் சுதந்திரமே வேண்டாம் என்று சொன்னவர் காந்தி.

காந்தி சுதந்திரம் வாங்கித் தந்தார் என்பது அல்ல காந்தியின் அடையாளமும் பெருமையும். வரலாற்றின் சதுரங்க ஆட்டத்தில் நகர்த்தப்பட்ட காய்களில் காந்தியும் ஒருவர். காந்தி இல்லாதிருந்தால்

இந்தியாவின் சுதந்திரம் இன்னும் பத்தாண்டுகள் தள்ளிப் போயிருக்கலாம். எனவே காந்தியின் அருமையும் பெருமையும் அவர் சுதந்திரப் போராட்டத்தைத் தலைமை தாங்கி நடத்தியது அல்ல. வேறு என்ன? புத்தனுக்கும் இயேசுவுக்கும் பிறகு இரண்டாயிரம் ஆண்டுகள் கடந்து அவர்கள் இருவரையும் நம் கண் முன்னே வாழ்ந்து காட்டியவர் காந்தி. அஹிம்சையையும் சத்தியத்தையும் அவர் போதிக்கவில்லை; வாழ்ந்து காட்டினார். தன் அரசியல் வாழ்க்கையை விட மனித குலத்துக்கு அவர் அளித்த மகத்தான கொடை இதுதான். உனக்குத் தீமை செய்தவனுக்கு நீ கொடுக்கும் மிகப் பெரிய தண்டனை அவனை மன்னித்தல் என்றார் காந்தி. அதை வாழ்ந்தும் காட்டினார். அதற்காகவே தன் உயிரையும் விலையாகக் கொடுத்தார்.

சில தினங்களுக்கு முன்பு என் வாசகர் ஒருவர், “எப்படி உங்களால் உண்மையையே பேச முடிகிறது?” என்று கேட்டார். அதற்கு என் பதில்: “உண்மை, பொய் ஆகிய இரண்டு வழிகளில் நான் உண்மையைத் தேர்ந்தெடுத்ததன் காரணம் வெறும் சுயநலமே அன்றி வேறெதுவும் அல்ல. பொய் சொன்னால் அதைத் தொடர்ந்து தக்க வைப்பதற்காக ஆயிரத்தெட்டு பொய்களைச் சொல்ல வேண்டியிருக்கிறது. அந்தப் பொய்களுக்காக மூளையைக் கசக்க வேண்டியிருக்கிறது. எனக்கோ மறதி ஜாஸ்தி. உண்மையைத் தேர்ந்தெடுத்தால் பிரச்சினையே இல்லை. பொய் சொன்னால் அதற்காக மனசாட்சியை வேறு கொலை செய்ய வேண்டும். என்னையே நேசிக்கும் நான் என் மனசாட்சி கொலையுண்டு சாவதை – அதுவும் என் கையினாலேயே சாவதைப் பார்க்க முடியுமா? கண்ணாடி முன் நின்றால் எனக்கு நானே பெருமைக்குரியவனாக இருக்க வேண்டும். ஆஹா, மனிதன் என்றால் இப்படியல்லவா இருக்க வேண்டும்! அட அடா, சாரு, நீ எப்பேர்ப்பட்ட மனுஷன் என்று எனக்கு நானே ஷொட்டுக் கொடுத்துக் கொள்ள வேண்டும். மனசாட்சியைக் கொன்று குழி தோண்டிப் புதைத்து விட்டால் கண்ணாடியில் தெரியும் உருவத்தைப் பார்த்துப் பாராட்டவா தோன்றும்? இதுதான் நான் உண்மையைத் தேர்ந்தெடுத்ததன் காரணம்.”

இதை எழுதிய பிறகு நான் *இதய நாதம், மண்ணில் தெரியுது வானம்* என்ற இரண்டு நாவல்களைப் படித்தேன். இரண்டுமே ந.சிதம்பர சுப்ரமணியன் எழுதியது. இதில் *இதய நாதம்* 1952இல் எழுதப்பட்டது. அடுத்தது காந்தி நூற்றாண்டின் போது – அதாவது 1969இல் வெளிவந்தது. *மண்ணில் தெரியுது வானம்* என்ற நாவலைப் படிக்கும் ஒருவர் அகிம்சையையும் சத்தியத்தையுமே தன் வாழ்க்கை நெறியாகக் கொள்வார்கள் என்பதில் எனக்குச் சிறிதும் சந்தேகம் இல்லை. நாவலின் நாயகன் காந்தி. இந்த நாவலை ஒவ்வொருவரும் தம் பிள்ளைகளுக்குப்

படித்துக் காண்பிக்க வேண்டும் என்று ஆசைப்படுகிறேன்.

இதய நாதம் திருவையாறு மற்றும் தஞ்சாவூரில் வாழ்ந்த ஒரு சங்கீத மேதையைப் பற்றிய நாவல். என்றாலும் அதனுடைய ஆதார சுருதி சங்கீதம் அல்ல; அகிம்சையும் சத்தியமும். "தஞ்சாவூரைச் சேர்ந்த தாளப்பிரஸ்தாரம் சாமா சாஸ்திரிகள், பல்லவி கோபாலையர், வீணை பெருமாளையர், த்ஸௌகம் சீனுவையங்கார் போன்ற கலைஞர்களுக்கு நிகரான கீர்த்தி பெற்றவர் மகா வைத்தியநாதய்யர் (1944–93)" என்று சொல்கிறார் உ.வே.சா. மகா வைத்தியநாத சிவன் என்றும் அழைக்கப்பட்ட அவருடைய வாழ்க்கையை ஆதாரமாக கொண்டு எழுதப்பட்டதே *இதய நாதம்*.

நாவலின் நாயகன் கிட்டு. சங்கீதத்தின் மீது இருந்த அதீத விருப்பத்தினால் வீட்டை விட்டு ஓடி விடுகிறான். திருவையாறில் வசித்து வந்த சபேசய்யர் என்ற மகா வித்துவான் அவனுடைய அபாரமான திறமையைக் கண்டு அடைக்கலம் கொடுத்து சங்கீதமும் கற்பிக்கிறார். சபேசய்யருக்கு மகாதேவன் என்ற பேரனும் உண்டு. பேரனும் அவரிடம் சங்கீதம் கற்றுக் கொள்கிறான். அவரிடம் ஒரு வீணை இருந்தது. அந்த வீணை அவருடைய குருவிடமிருந்து கிடைத்த சொத்து. அதைத் தனது குருவே போல் போற்றிப் பாதுகாத்து வருகிறார் சபேசய்யர்.

ஒருநாள் மகாதேவன் கொடியில் வேட்டி உலர்த்தும் போது அதன் நுனி வீணையில் பட்டுவிட வீடே கிடுகிடுக்கும்படி அலறி அவனை அறைந்து விடுகிறார் சபேசய்யர். ஒருநாள் அய்யரும் அவர் மனைவியும் பேரனும் வெளியூர் செல்கிறார்கள். வீட்டைப் பார்த்துக் கொள்வது கிட்டு. அவனுக்கு அந்த வீணையை வாசித்து விட வேண்டும் என்று ஆசை. நேரம் ஆக ஆக அந்த ஆசையை அவனால் கட்டுப்படுத்த முடியாமல் போகிறது. பயந்து கொண்டே அதை எடுக்கிறான். எடுக்கும் தருணத்தில் வாசலில் ஏதோ நிழலாடுகிறது. பயத்தில் வீணை தவறி விழுந்து அதன் பிருடை உடைந்து விடுகிறது. (பிருடை என்றால் வீணையின் தந்திகளை முறுக்கவும் தளர்த்தவும் பயன்படும் முறுக்காணி.) கிட்டுவுக்குப் பயம் பீடித்துக் கொள்கிறது. அப்படியே தன்னை பூதமோ பிசாசோ விழுங்கி விடக் கூடாதா என்று நினைக்கிறான்.

ஊரிலிருந்து திரும்பி வரும் சபேசய்யர் கண்களில் வீணையின் பிருடை உடைந்திருப்பது படுகிறது. கிட்டு மிகவும் அடக்கமானவன். அவனைப் பற்றி அவர் மனதில் தோன்றவே இல்லை. கட்டுக்கடங்காத கோபத்துடன், கண்கள் சிவக்க மகாதேவா என்று அலறுகிறார். மகாதேவன் எங்கேடா என்று பல்லைக் கடித்துக் கொண்டு கிட்டுவைக் கேட்கிறார். கிட்டுவுக்கு உடல் உதறல் எடுக்கிறது. உதடுகள் துடித்தன.

வார்த்தை வரவில்லை. கண்களிலிருந்து தாரைதாரையாகக் கண்ணீர். நான் தான்; நான் தான் என்கிறான். அதற்கு மேல் பேச்சு வரவில்லை. ஒரு நிமிஷம் அவருக்கு ஒன்றும் புரியவில்லை. கொஞ்சம் கொஞ் சமாகத்தான் புரிகிறது. விம்மலுக்கிடையே தெரியாமல் செய்து விட்டேன் என்று கதறுகிறான் கிட்டு. அவர் முகத்தில் கொதித்த கோபம் மறுவிநாடியில் கருணையாய் மாறுகிறது. சாந்தமாக, "இங்கே வா," என்கிறார். வாங்கிக்கொள்ளத் தயாராக கிட்டு அவர் அருகே வருகிறான். அவன் தோள் மேல் கையை வைத்து, "போனால் போகிறது. அது முன்பே விரிந்திருந்தது. ஏதோ நடந்து விட்டது. ஆனால் நீ உண்மையை ஒப்புக் கொண்டாயே, அதுவே போதும். வீணை உயர்ந்ததுதான். ஆனால் உண்மை அதை விட உயர்ந்தது" என்கிறார்.

கொஞ்ச நாள் உண்மையைப் பேசிப் பாருங்கள். அது உங்களுக்கு ஒரு விடுதலை உணர்வைக் கொடுக்கக் காண்பீர்கள். ஏனென்றால், பயம்தான் பொய்யை உருவாக்குகிறது. உண்மை பேச ஆரம்பித்தால் பயம் நம்மை விட்டு அகன்று விடும். ஆனால் உண்மையோடு சற்று விவேகமும் இருக்க வேண்டும். எப்படி? மண்ணில் தெரியுது வானத்தில் ந.சிதம்பர சுப்ரமணியன் விவரிக்கிறார். தெருவில் சில சிறுவர்கள் ஆமையை அடித்துக் கொண்டிருந்தார்கள். ஆனால் ஆமை சாகவில்லை. அந்த வழியாகப் போய்க் கொண்டிருந்த காஷாயம் தரித்த பண்டாரம் சிறுவர்கள் செய்வதைப் பார்த்து விட்டு, ஆமையைத் திருப்பிப் போட்டு அடித்தால் சாகும் என்று தன் பாட்டுக்குச் சொல்லிக் கொண்டு போகிறார். பண்டாரம் என்னவோ உண்மையைத்தான் சொன்னார். சிறுவர்களிடம் அவர் நேரடியாகவும் சொல்லவில்லை. இருந்தாலும் இது சத்தியமாகுமா? திருவள்ளுவர் விளக்கம் தருகிறார். வாய்மை எனப்படுவது யாதெனின் யாதொன்றும் தீமை இலாத சொலல். யாரையும் இம்சிக்காத கூற்றே வாய்மை ஆகும்.

கும்பேகாணம் காலேஜில் பிரின்ஸிபாலாக இருந்த ராவ்பகதூர் த.கோபால் ராவ் என்பவரின் வீட்டில் 1880ஆம் ஆண்டு ஒரு கல்யாணம் நடைபெற்றது. அதற்குத் தமிழ்நாட்டில் உள்ள பல உத்தியோகஸ்தர்களும், பெரிய மிராசுதார்கள் பலரும் வந்திருந்தனர். மகா வைத்தியநாதைய்யர் முதலிய சங்கீத வித்வான்களும் வந்திருந்தனர். அந்த விசேஷத்துக்கு முத்துசாமி ஐயர் என்பவரும் வந்திருந்து இரண்டு மூன்று தினங்கள் தங்கியிருந்தார். அவருடைய புகழ் எங்கும் பரவியிருந்ததால் கல்யாணத்துக்கு வந்தவர்கள் அவரையும் கண்டு மகிழ்ந்தார்கள். வேறு பலர் அவரைப் பார்த்து விட்டுப் போவதற்காகவே வெளியூர்களிலிருந்து வந்திருந்தார்கள். கோபால் ராவ் வீட்டின் பக்கத்து வீட்டுத் திண்ணையில் ஒரு கிழவி வெளியூரிலிருந்து வந்து தங்கினாள்.

அவள் முத்துசாமி ஐயரைப் பார்க்கும் பொருட்டு வந்தவள்.

திருவாரூரிலிருந்து கும்பகோணத்துக்கு நடந்தே வந்திருக்கிறாள். அந்த வழியே செல்பவர்களை அவள், “ஜட்ஜ் முத்துசாமி ஐயர் வந்திருக்கிறாராமே? இங்கே இருக்கிறாரா?” என்று கேட்கிறாள். யாரும் அவளை லட்சியம் செய்யவில்லை. ஆனாலும் அவள் எல்லோரிடமும் கேட்டுக் கொண்டிருந்தாள். உனக்குப் பைத்தியமா என்று கூட சிலர் ஏளனம் செய்தனர். இரண்டு நாட்கள் சென்றன. கிழவி அந்த ஊரில் உள்ள சில தெரிந்தவர்களிடம் சென்று சாப்பிட்டு விட்டு வந்து அந்தத் திண்ணையிலேயே கிடந்தாள்.

மூன்றாம் நாள் முத்துசாமி ஐயரின் பரிசாரகர் அந்தப் பக்கம் சென்ற போது அவரையும் விசாரிக்கிறாள் கிழவி. முத்துசாமி ஐயரிடமே பல ஆண்டுகள் இருந்ததால் அவரிடமிருந்து அந்தப் பரிசாரகருக்கும் பல நற்பண்புகள் தொற்றியிருந்தன. அவர் அந்தக் கிழவியை அன்புடன் விசாரிக்கிறார். “ஜட்ஜுக்கு என்னை நன்றாகத் தெரியும்” என்கிறாள் கிழவி. அவளுக்குத் திருவாரூர். ஜட்ஜ் சிறுவனாக இருந்தபோது கிழவியிடம்தான் சாப்பிட்டிருக்கிறார்.

விஷயம் தெரிந்தவுடன் ஜட்ஜ் முத்துசாமி ஐயர் கிழவியிடம் ஓடோடி வருகிறார். மேல் ஆடையை எடுத்து இடையில் கட்டிக் கொண்டு சாஷ்டாங்கமாக விழுந்து நமஸ்கரிக்கிறார். பிறகு நீண்டநேரம் இருவரும் ஒரு தாயும் மகனும் பேசிக் கொள்வது போல் பேசிக் கொண்டிருக்கிறார்கள். ஜட்ஜ் அவளைப் பட்டணத்துக்கு அழைத்தும் அவள் மறுத்து விடுகிறாள். “உன்னைப் பார்த்ததே போதும் அப்பா... தீர்க்காயுசா இரு...” என்று சொல்லி ஆசீர்வதிக்கிறாள்.

இதைப்பற்றி நான் என்ன எழுதட்டும்? விமானம், கணினி, ஆங்கில அறிவு, விஞ்ஞான வளர்ச்சி, அலைபேசி என்று எத்தனையோ இருக்கின்றன நம் கையில். மேலே பாருங்கள். சிறுவயதில் தன்னிடம் சாப்பிட்ட ஒருவரைக் காண கண் பார்வை மங்கிய கிழவி திருவாரூரிலிருந்து கும்பகோணத்துக்கு நடந்து வருகிறாள். தமிழ்நாடு முழுவதும் பிரபலமாக இருந்த ஒரு ஜட்ஜ் தன் மேலாடையைக் கழற்றி இடுப்பில் அணிந்து கொண்டு சாஷ்டாங்கமாகத் தரையில் விழுந்து அந்தக் கிழவியின் காலைத் தொட்டு நமஸ்கரிக்கிறார். 150 ஆண்டுகளில் நாம் எங்கே வந்திருக்கிறோம்?

மே 7, 2015

20.) இருட்டுச் சிறையில் உருவான மகாகவி

உத்தம வில்லனை முதல் நாளே பார்க்க நினைத்தேன். மாலை ஏழு மணி காட்சி. பகலில்தான் 'ஃபில்ம் காட்டி விட்டார்கள்.' லட்சக் கணக்கான பேருக்குக் கஷ்டம். அத்தனை பேரின் நேரமும் வீண். இதையெல்லாம் கேட்க நாதியில்லை. பிரச்சினை மாலைக்குள் சரியாகி விடும் என்று எதிர்பார்க்கப்பட்டது. தியேட்டருக்குப் போனேன். பணத்தைத் திரும்பப் பெற்றுக் கொள்ளுங்கள், இல்லாவிட்டால் வை ராஜா வை என்றார்கள். வை ராஜா வையின் கதை முடிச்சு நன்றாக இருந்ததை ட்ரைலரில் பார்த்திருந்ததால் துணிந்து போனேன். அரங்கத்தில் அங்கொன்றும் இங்கொன்றுமாக ஆட்கள். இருக்கை எண் பார்க்க வேண்டாம்; எங்கே வேண்டுமானாலும் அமரலாம் என்றார்கள். படத்தைப் பற்றி எழுதும் அளவுக்கு ஒன்றும் இல்லை. எதிர்காலத்தில் நடக்கப் போவதை முன்கூட்டியே தெரிந்து கொள்ளும் ஆற்றல் ஒருவனுக்குக் கைவரப் பெற்றிருக்கிறது என்பது எப்பேர்ப்பட்ட கதை! ஆனால் அந்தக் கதையைச் சரியாகப் பயன்படுத்திக் கொண்டதாகத் தெரியவில்லை. அதைப் பற்றிக் கவலைப்படுவதற்கும் அவசியம் இல்லை. மூன்றாம் தரமான சினிமாதான் நம்முடைய ஒரே பொழுதுபோக்கு என்று ஆகி விட்டது. இசை என்ற பெயரில் படம் பூராவும் ஒரே இரைச்சல். ஆனால் இதெல்லாம் பிரச்சினை இல்லை. படத்தின் டைட்டிலில்தான் முகச்சுளிப்பு ஏற்படுகிறாற் போன்ற ஒரு விஷயத்தைப் பார்த்தேன். தனுஷின் பெயருக்கு முன்னால் 'தேசிய விருது பெற்ற' என்ற ஒரு அடைமொழி வருகிறது. ஆங்கிலத்திலும் National Award Winner என்று இருந்தது. பலரும் கல்யாணப் பத்திரிகைகளில் மணமக்களின் பெயருக்குப் பின்னால் பி.ஏ., எம்.ஏ., எம்.பி.ஏ. என்று அவர்களின் கல்வித் தகுதியைப் போடுகிறார்கள். தனுஷின் அடைமொழி பார்த்து எனக்கு அதுதான் ஞாபகம் வந்தது. தனுஷுக்கு இல்லாத புகழா? தமிழின் மிகச் சிறந்த நடிகர்களில் ஒருவர் என ஏற்கனவே பெயர் வாங்கி விட்டார். அப்படிப்பட்டவருக்கு ஏன் இந்த அடைமொழி

எல்லாம்? இது நுண்ணுணர்வு சம்பந்தப்பட்ட விஷயம். இலக்கியத்தை வாசிப்பதன் மூலமாக மட்டுமே இது சாத்தியமாகும்.

***

1542இல் பிறந்து 1591இல் காலமான John of the Cross என்ற ஞானியைப் பற்றி சமீபத்தில் தெரிந்து கொள்ளும் வாய்ப்பு கிடைத்தது. ஏன் நாம் உண்மையே பேச வேண்டும்; ஏன் நாம் சத்தியத்தின் வழியிலேயே நடக்க வேண்டும்; அதனால் – மற்றவர்களை விடுங்கள், நமக்கு ஏற்படும் பயன்கள் என்ன என்பது பற்றி இந்தப் பக்கங்களில் முன்பு எழுதியிருந்தேன் அல்லவா? அதைப் படித்த போது தனக்கு ஜான் ஆஃப் தெ க்ராஸின் நினைவு வந்ததாக என் நண்பர் ஒருவர் எழுதியிருந்தார். பிறகுதான் ஜான் பற்றிப் படிக்க ஆரம்பித்தேன். நம்முடைய பக்தி இலக்கியத்தில் கடவுளைக் காதலனாக பாவித்து எழுதிய கவிகள் பலர். அதில் முக்கியமானவர் ஆண்டாள். ஸ்பானிஷ் இலக்கியத்தின் மகாகவியாகக் கருதப்படும் ஜானின் கவிதைகளை நம்முடைய பக்தி இலக்கியத்தோடும் வட இந்தியாவின் சூஃபி பாரம்பரியத்தோடும் ஒப்பிடலாம். ஜானின் தந்தை கொன்ஸாலோ ஒரு பணக்காரக் குடும்பத்தைச் சேர்ந்தவர். ஆனாலும் தாய் தந்தையற்ற அனாதைப் பெண் ஒருத்தியை மணந்ததால் குடும்பத்திலிருந்து ஒதுக்கி வைக்கப்பட்டார். அதன் காரணமாக ஏற்பட்ட வறுமையான சூழலில் பிறந்தார் ஜான். கெட்ட குடியே கெடும் என்பது போல் ஜானுக்கு ஏழு வயது ஆகும் போது கொன்ஸாலோ இறந்தார். குடும்பத்தின்

வறுமை அதிகரித்தது. வறுமையின் காரணமாகவே ஜானின் மூத்த சகோதரன் இறந்து போகிறான். கிறிஸ்தவ அமைப்புகள் நடத்தும் அனாதைப் பள்ளியில் படிக்கிறார் ஜான். பள்ளியிலேயே உணவும் உடையும் கொடுத்து விடுவார்கள். பிறகு, பாதிரியாராக ஆகும் விருப்பத்தில், ஆக்ஸ்ஃபோர்டுக்கு நிகராகக் கருதப்படும் சலமாங்கா பல்கலைக்கழகத்தில் தத்துவமும் இறையியலும் பயில்கிறார். 1574–77 காலகட்டத்தில் அவிலா என்ற ஊரில் வசித்து ஊழியம் செய்து கொண்டிருந்த போது ஒருநாள் பிரார்த்தனையின்போது ஜானுக்கு சிலுவையில் அறையப்பட்ட யேசு பிரான் காட்சியளிக்கிறார். அதை உடனே ஓவியமாகத் தீட்டினார் ஜான். அந்த ஓவியம்:

இந்த ஓவியத்தை அடிப்படையாகக் கொண்டே 1951இல் ஸால்வதோர் தாலி தன்னுடைய புகழ்பெற்ற Christ of Saint John of the Cross என்ற ஓவியத்தை வரைந்தார்.

இதற்கிடையில் அப்போதைய மோசமான நடைமுறைகள் சிலவற்றை மாற்றி கார்மெல் சபைகளில் சீர்திருத்தங்களைக் கொண்டு வந்தார் அவிலா தெரஸா. அதற்குப் பக்கபலமாக விளங்கினார் ஜான். பழமைவாதிகள் இந்தச் சீர்திருத்தங்களைக் கடுமையாக எதிர்த்தனர். 1577ஆம் ஆண்டு டிசம்பர் 2ஆம் தேதி அவிலா நகரில் ஜான் கைது செய்யப்பட்டு, பத்தடி நீளமும் ஆறு அடி அகலமும் கொண்ட மிகச் சிறிய இருட்டு அறையில் தனிமைச் சிறையில் அடைக்கப்பட்டார். இந்த விசாரணையின் போது ஜான், அவிலா தெரஸாவிடமிருந்து பிரிந்தால் அவருக்குப் பதவி உயர்வும், தனியாக இருப்பிடமும், நூலகமும் இன்னும் பல வசதிகளும் கொடுப்பதாகச் சொல்கிறார் தலைமைப் பாதிரி. ஜான் அதற்கு ஒப்புக் கொள்ளாததாலேயே அவருக்கு அந்தக் கொடுமையான சிறைவாசம் கிடைக்கிறது.

கிட்டத்தட்ட ஒரு கல்லறையை உருவகப்படுத்திக் கொள்ளுங்கள். அதுதான் ஜானின் வாசம். மேல் கூரையில் ஒரு சிறிய சாளரம். உயிர் தரித்திருப்பதற்கு எவ்வளவு குறைந்த பட்சம் தண்ணீரும் ரொட்டியும் தேவையோ அது மட்டுமே அவருக்குக் கொடுக்கப்பட்டது. மாற்று உடையும் கிடையாது. தண்டனை அதோடு நிற்கவில்லை. வாரம் ஒருமுறை பொது இடத்துக்கு இழுத்து வரப்பட்டு கசையடியும் கொடுக்கப்பட்டது. (ஒரு நாளில் மூன்று முறை அடித்தார்கள் என்கிறது வரலாறு.) பக்கத்து அறைக்கும் ஜானின் அறைக்கும் இடையே உள்ள துளையின் மூலம் எப்போதாவது வெளிச்சம் வரும் போது ஜான் தனது கவிதைகளை எழுதினார். அதில் முக்கியமானது A Spiritual Canticle of the Soul and the Bridegroom. 40 பத்திகளால் ஆன இந்த நெடுங்கவிதையின் 31 பத்திகளை இவர் சிறையில் இருக்கும் போதும் மீதியை வெளியில் வந்த பிறகும் எழுதினார்.

ஜானைக் காவல் காத்த பாதிரி அவருக்கு ரகசியமாகக் காகிதங்கள் கொடுத்தார். தியானத்தில் இருக்கும் போது ஆழ்மனதில் தோன்றும் கவிதை வரிகளை மனனம் செய்து கொண்டு பின்பு காகிதம் கிடைக்கும் போது அவற்றை எழுதி வைத்துக் கொண்டார் ஜான். அந்த இருட்டுச் சிறை பற்றி அவர் ஒருபோதும் கவலைப்படவில்லை. காரணம், கடவுளின் ராஜ்ஜியம் உன்னிடத்திலே இருக்கிறது என்பதை அவர் நம்பினார். தனக்குள்ளேயே கடவுளைத் தேடினார். இப்படியே ஒன்பது மாதங்கள் கடந்த நிலையில் ஒருநாள் தலைமைப் பாதிரி வந்து ஜானைப் பார்க்கிறார். “உனக்குக் கடைசி வாய்ப்புத் தருகிறேன். அன்னை தெரஸாவோடு சேர மாட்டேன் என்று எழுதிக் கொடுத்து விட்டு வெளியே வந்து விடு. இனிமேலும் இங்கேயே கிடந்தால் நீ செத்து விடுவாய்” என்கிறார். அப்போதும் ஜான் அடிபணியவில்லை. மறுநாள் தன் படுக்கை விரிப்பையே கயிறாக மாற்றி அறைக்கு மேலே இருந்த சாளரத்தில் போட்டு ஏறி அங்கிருந்து தப்பினார் அருளப்பர். ஜான் ஆஃப் தெ க்ராஸ் தமிழில் சிலுவை அருளப்பர் என்று வழங்கப்படுவதால் நாமும் இனி அப்படியே அழைப்போம்.

நம்மை அது போன்ற ஒரு பொந்தில் அடைத்தால் என்ன ஆவோம் என்று யோசித்துப் பாருங்கள். ஓரிரு தினங்களில் பைத்தியம் பிடிக்கும். ஆனால் சிலுவை அருளப்பர் அந்த இருட்டுப் பொந்துச் சிறையை ஓர் மகத்தான ஆன்மீக அனுபவமாக மாற்றினார். ஒரு இருட்டுச் சிறை ஸ்பானிஷ் மொழியின் மகாகவியை உருவாக்கியது. அந்த ஒன்பது மாதங்கள்தான் ஜானின் வாழ்க்கையில் எந்தச் செயல்பாடுகளும் இல்லாத காலம். ஆனால் அந்த ஒன்பது மாதங்கள்தான் ஜானின் வாழ்க்கையின் மகோன்னத சிருஷ்டிகளை உருவாக்கிய காலம். அப்போது அவர் எழுதிய அத்தனை கவிதைகளும் நமக்கு அன்பையே போதிக்கின்றன. கடவுளே மனித உரு எடுத்து அன்பை வழங்கியது போல் இருக்கின்றன அக்கவிதைகள். காலை நேரத்துப் பசுந்தளிரைப் போல் காதலைச் சொல்லுகின்றன அக்கவிதைகள். இந்த உலகின் படுபயங்கரமான கொலைக்கருவிகளில் ஒன்றான சிலுவையை ஒரு மாமனிதன் தியாகத்தின் சின்னமாக மாற்றியதைப் போன்ற ஒரு மாயத்தைச் செய்தார் அருளப்பர். இறைவனின் மீதும், சக மனிதர்களின் மீதும் அவர் கொண்டிருந்த ஆழ்ந்த அன்பே அதை சாதித்தது. இதை எழுதும் வேளையில் என் கண்கள் பனிக்கின்றன. 450 ஆண்டுகளுக்கு முன்பு பத்துக்கு ஆறு அளவுள்ள இருட்டுப் பொந்து ஒன்றில் அமர்ந்து கண்களை மூடியபடி ஜெபத்தில் இருக்கும் சிலுவை அருளப்பரை இந்தக் கணத்தில் நான் என் மனக்கண்ணால் காண்கிறேன். நீங்களும் இதை வாசிப்பதை ஒருக்கணம் நிறுத்தி விட்டு அருளப்பரின் சிறையை மனதில் இருத்திப் பாருங்கள். அவரது கருணை பொங்கும் முகத்தைக் காண்பீர்கள்.

அது மட்டுமல்ல; நீங்கள் எந்த மதத்தைச் சேர்ந்தவராக இருந்தாலும், சிலுவை அருளப்பரின் Spiritual Canticle-ஐப் படித்துப் பாருங்கள். ஆண்டாளின் திருப்பாவைக்கு நிகரான ஓர் அற்புத இலக்கிய அனுபவத்தையும் இறை அனுபவத்தையும் தரும் மகத்தான குறுங்காவியம் அது. பலவிதமான உள்ளர்த்தங்களைக் கொண்ட அந்தக் கவிதைகளுக்கு சிலுவை அருளப்பரே விளக்கமும் எழுதியிருக்கிறார்.

சிறையிலிருந்து தப்பிய பின் 12 ஆண்டுகள் உயிர் வாழ்ந்த அருளப்பர் பல ஊர்களுக்கும் கால்நடையாகவே சென்றார். கடைசியில் அவர் தங்கிய இடம் தெற்கு ஸ்பெய்னில் உள்ள புராதன ஊரான உபேதா (Ubeda). அங்கே தனது 49வது வயதில் (1591) நோய்வாய்ப்பட்டு இறந்தார். இறந்ததும் அவரது உடல் உபேதாவில் அடக்கம் செய்யப்பட்டது. ஆனால் செகோவியா (Segovia) திருச்சபையின் வேண்டுகோளின்படி அவரது உடல் உபேதாவிலிருந்து 1593இல் ரகசியமாகத் தோண்டி எடுக்கப்பட்டு செகோவியாவுக்குக் கொண்டு செல்லப்பட்டு அங்கே அடக்கம் செய்யப்பட்டது. இதை அறிந்த உபேதாவைச் சேர்ந்த மக்கள் போப்பாண்டவரிடம் இந்தப் பிரச்சினையை எடுத்துச் சென்றனர். 1596 இல் போப்பாண்டவர் சிலுவை அருளப்பரின் உடல் உபேதாவிலேயே அடக்கம் செய்யப்பட வேண்டும் என்று உத்தரவிட்டார். ஆனால் அதற்குப் பிறகும் பிரச்சினை தொடர்ந்து கொண்டே இருந்து கடைசியில் செகோவியா, உபேதா இரண்டு ஊர்களிலும் அடக்கம் செய்வதென முடிவு செய்யப்பட்டது. அதாவது, அருளப்பரின் பாதி உடல் உபேதாவிலும் மீதி உடல் செகோவியாவிலும் இருக்கும் என்பது அந்த உடன்பாடு. இன்றும் உபேதாவில் அருளப்பரின் பதப்படுத்தப்பட்ட பாதி உடலை நாம் தரிசிக்கலாம். இறைவனின் அருள் இருந்தால் ஒருமுறை உபேதா சென்று வர வேண்டும் என்பது என் பிரார்த்தனை.

***

K.C. Lynch இயக்கிய Saint John of the Cross சிலுவை அருளப்பர் குறித்த மிக முக்கியமான படம். இதன் தெய்வீக இசைக்கே இந்தப் படத்தை மீண்டும் மீண்டும் பார்க்கலாம். அவிலா தெரஸா மற்றும் அருளப்பராக நடித்திருக்கும் Leonardo மற்றும் Patti Defilippis இருவருடைய நடிப்பையும் நடிப்பு என்று சொல்ல முடியாது. வாழ்ந்திருக்கிறார்கள். (இந்தப் படத்தில் நடித்த பிறகு லியனார்தோ தன்னை இறைப் பணிக்காகவும் மக்கள் சேவைக்காகவுமே ஒப்புக் கொடுத்து விட்டார் என்பதும் இங்கே குறிப்பிடத்தக்கது.) அருளப்பரின் வாழ்வில் – அவர் ஒரு இடத்திலேயே இருந்தபடி, அவருடைய விருப்பத்திற்கேற்றவாறு ஏழை நோயாளிகளுக்குத் தொண்டு செய்தபடி சௌகரியமாக

வாழ்ந்திருக்கலாம். ஆனால் அருளப்பர் அவ்விதமான சொகுசு வாழ்க்கையைத் தேர்ந்தெடுக்கவில்லை. அன்பு என்பதை அவர் வெறும் வார்த்தையாகப் பயன்படுத்தவில்லை. கடவுளின் மீதான தன்னுடைய அளப்பரிய அன்பை மனிதர்களிடத்திலே வெள்ளமாகப் பாய்ச்சினார். அதன் பொருட்டு 25000 கிலோமீட்டர் பயணம் செய்தார். எங்கெல்லாம் ஒரு மனிதனுக்கு இன்னொரு மனிதனின் கரம் தேவைப்பட்டதோ அங்கெல்லாம் சென்றார். அவரது வாழ்வின் மிக முக்கியமான தருணங்களில் ஒன்று, அவிலாவில் உள்ள அன்னை தெரஸாவைச் சந்தித்தது. கார்மல் சபையில் அவரால் மற்ற சகோதரர்களுடன் ஒத்துப் போக முடியவில்லை. அவர்கள் அனைவரும் ஆன்மீகத்தையும் லௌகீகத்தையும் இணைத்து சமரசம் செய்து கொண்டிருந்தனர். ஆனால் அருளப்பரோ இறைப்பணிக்காகவே தன்னை முழுமையாக ஒப்புக் கொடுத்தவராக இருந்தார். அருளப்பரை அறிந்தால் நம் வாழ்வில் அன்பின் ஒளியைக் கண்டு கொள்ளலாம். ஜான் ஆஃப் தெ க்ராஸ் என்ற இந்தப் படத்தைப் பார்த்தால் உங்களுக்குள் ஒரு மாபெரும் மாற்றம் நிகழ்வதை உணர்வீர்கள். எனக்கு மத மாற்றத்தில் நம்பிக்கை இல்லை. ஆனால் மன மாற்றத்தில் நம்பிக்கை உண்டு. வெறுப்பு அன்பாக மாறும் மாற்றம். அந்த மாற்றத்தை இந்தப் படம் உங்களுள் நிகழ்த்தும்.

ஒரு விண்ணப்பம். சிலுவை அருளப்பரின் படைப்புகளையும் அவரது வாழ்க்கையையும் ஆங்கில மொழிபெயர்ப்பிலேயே படித்தேன். அவரைப் பற்றித் தமிழில் யாரேனும் எழுதியிருக்கிறார்களா என்று அறிந்து கொள்ள விரும்புகிறேன். யாருக்கேனும் விபரம் தெரிந்தால் எனக்குத் தெரியப்படுத்தலாம்.

அருளப்பரின் நெடுங்காவியத்தில் ஒருசில பத்திகள்:

Let us rejoice, O my Beloved!
Let us go forth to see ourselves in Your beauty,
To the mountain and the hill,
Where the pure water flows:
Let us enter into the heart of the thicket.

We shall go at once
To the deep caverns of the rock
Which are all secret,
There we shall enter in

There you will show me
That which my soul desired;

And there You will give at once,
O You, my life!
That which You gave me the other day.

The breathing of the air,
The song of the sweet nightingale,
The grove and its beauty
In the serene night,
With the flame that consumes, and gives no pains.

மே 14, 2015

21.) மகாத்மாவாக வாழ்வது சுலபம்!

சல்மான் கான் விவகாரத்தைப் பற்றி பத்திரிகைகளில் வாசித்த போது எனக்கு ஒரு சம்பவம் ஞாபகம் வந்தது. அதை அனுபவித்த நபரே அது பற்றி எழுதியிருக்கிறார். யார் என்று யூகிக்க முடிகிறதா, பாருங்கள்:

"அப்போது எனக்குப் பதினாறு வயது. என் தந்தையார் நோய்வாய்ப்பட்டு படுத்த படுக்கையாகக் கிடந்தார். என் அம்மாவும், ஒரு வயதான வேலைக்காரரும், நானும்தான் அவரைக் கவனித்துக் கொண்டிருந்தோம். நர்ஸைப் போல் வேளாவேளைக்கு மருந்து கொடுத்து அவரைப் பார்த்துக் கொள்ள வேண்டியது என்னுடைய பொறுப்பு. ஒவ்வொரு இரவும் அவர் தூங்கும் வரை அல்லது அவர் போதும் என்று சொல்லும் வரை அவருக்குக் கால் அமுக்கி விடுவேன். இதை மிகவும் சந்தோஷத்துடன் செய்து வந்தேன். ஒருநாளும் அதை நான் மறந்ததில்லை. பள்ளிக்குச் செல்வதும் அப்பாவைக் கவனித்துக் கொள்வதும்தான் அப்போது எனக்கு இருந்த பிரதான வேலைகள். அப்பா சம்மதித்தால் அல்லது அவருக்கு உடல்நிலை சற்று தேவலாம் போல் இருந்தால் மட்டுமே மாலை நேரத்தில் வெளியே நடக்கப் போவேன். அப்போது என் மனைவி நிறைமாத கர்ப்பிணியாகவும் இருந்தாள். இப்போது யோசித்துப் பார்க்கும் போது அது எனக்கு இரட்டை அவமானம் என்று தோன்றுகிறது. ஒன்று, நான் மாணவனாக இருந்ததால் என்னைக் கட்டுப்படுத்திக் கொண்டிருக்க வேண்டும். இரண்டாவது, காமம் என் பெற்றோரைக் கவனித்துக் கொள்வதிலிருந்தும் படிப்பிலிருந்தும் என்னைக் கடமை தவறியவனாகச் செய்து விட்டது. என் தந்தையின் கால்களை அமுக்கிக் கொண்டிருந்த ஒவ்வொரு இரவும் என் மனம் படுக்கை அறையையே சுற்றி வந்து கொண்டிருந்தது. மதரீதியாகவும், விஞ்ஞானரீதியாகவும்,

நடைமுறை வாழ்க்கை ரீதியாகவும் எப்படிப் பார்த்தாலும் அந்த வயதில், அந்தச் சூழ்நிலையில் உடலுறவு என்பது தவறான காரியம்தான். அப்பா எப்போது விடுவார் என்று காத்திருந்து, விட்டவுடன் படுக்கை அறைக்கு ஓடி விடுவேன்.

"இதற்கிடையில் என் தந்தையின் நிலைமை நாளுக்கு நாள் மோசமடைந்து கொண்டிருந்தது. ஆயுர்வேத மருத்துவர்கள் அவர்களால் முடிந்த அனைத்தையும் முயற்சி செய்து விட்டார்கள். அதேபோல் யூனானி ஹக்கீம்களும் முயன்றார்கள். ஒரு ஆங்கில மருத்துவரும் தன் திறமையைக் காட்டினார். கடைசியில் அறுவை சிகிச்சை செய்தால் குணமாகும் என்றார்கள். ஆனால் எங்கள் குடும்ப டாக்டர் அது வேண்டாம் என்று சொல்லி விட்டார். நோய், அறுவை சிகிச்சை செய்வதற்கான நிலையைத் தாண்டி விட்டது என்பது அவர் கருத்து. கடைசியில் அவர் சொன்னபடியே அறுவை சிகிச்சை செய்யப்படவில்லை. ஆனால் அறுவை சிகிச்சை செய்திருந்தால் காயம் ஆறியிருக்கும் என்று நான் நினைத்தேன். ஆனால் கடவுளின் விருப்பத்தை யாரால் மாற்ற முடியும்? என் தந்தை நாளுக்கு நாள் பலஹீனமாகிக் கொண்டிருந்தார். கடைசியில் படுக்கையை விட்டு இறங்காமல் படுக்கையிலேயே அவர் தன்னுடைய அன்றாடக் கடன்களை முடித்துக் கொள்ள வேண்டும் என்றார் மருத்துவர். என் தந்தை அதற்கு மட்டும் ஒப்புக் கொள்ளவில்லை. அவருடைய வைஷ்ணவ மரபு அதற்கு இடம் கொடுக்கவில்லை. ஆனால் மேற்கத்திய மருத்துவமுறை வேறு மாதிரி சொல்கிறது. படுக்கையிலேயே ஒருவர் தன்னுடைய எல்லா காரியங்களையும் முடித்துக் கொள்ளலாம்; குளியல் உட்பட – அதுவும் படுக்கையில் ஒரு சொட்டுத் தண்ணீர் விழாமல்.

“கடைசியில் அந்தப் பயங்கரமான இரவு வந்தது. என் சித்தப்பா அப்பாவின் நிலைமையைக் கேள்விப்பட்டு ராஜ்காட் வந்திருந்தார். சகோதரர்கள் இருவரும் ஒருவருக்கொருவர் ஆழ்ந்த அன்பு கொண்டிருந்தார்கள். என் சித்தப்பா என் தந்தையின் படுக்கை அருகிலேயே நாள் பூராவும் அமர்ந்திருப்பார். இரவு வந்தாலும் எங்களையெல்லாம் அனுப்பி விட்டு அவர் தன் சகோதரரின் அருகிலேயே உறங்குவார். அன்றுதான் அந்த துரதிர்ஷ்டமான நாள் என்று எங்கள் யாருக்குமே தெரிந்திருக்கவில்லை. ஆனால் அந்தப் பயங்கரம் அன்றுதான் நிகழ இருந்தது. இரவு பத்தரை அல்லது பதினொன்று இருக்கலாம். நான் கால் அமுக்கி விட்டுக் கொண்டிருந்தேன். என் சித்தப்பா நீ போ; நான் செய்கிறேன் என்றார். நான் ரொம்ப சந்தோஷத்துடன் படுக்கை அறைக்கு ஓடினேன். என் மனைவி, பாவம், உறங்கிக் கொண்டிருந்தாள். ஆனால் நான் அங்கே இருக்கும் போது அவள் எப்படித் தூங்க முடியும்? நான் அவளை

எழுப்பினேன். ஐந்து அல்லது ஆறு நிமிடங்களில் வேலைக்காரர் அறைக் கதவைத் தட்டினார்.

"அப்பாவுக்கு உடம்பு சரியில்லை; வெளியே வாருங்கள்."

"அப்பாவுக்கு உடம்பு சரியில்லை என்றுதான் தெரியுமே? என்ன விஷயம்? சொல்லுங்கள்."

"அப்பா இறந்து விட்டார்."

எல்லாம் முடிந்தது. நான் கைகளைப் பிசைந்து கொண்டேன். எனக்குப் பெருத்த அவமானமாகவும் கேவலமாகவும் போய் விட்டது. தந்தையின் அறையை நோக்கி ஓடினேன். எனக்கு நன்றாகப் புரிந்தது, மிருக இச்சை என் கண்களை மூடியிருக்காவிட்டால், என் தந்தையின் கடைசி நிமிடங்களில் நான் அவரோடு கூடவே இருந்திருக்க முடியும். அவர் கால்களை அமுக்கி விட்டுக் கொண்டிருக்கும்போதே என் கரங்களில் அவர் உயிர் பிரிந்திருக்கும். ஆனால் இப்போது என் சித்தப்பாவுக்குத்தான் அந்த வாய்ப்பு கிட்டியிருக்கிறது. தன் சகோதரனின் மீது அவர் கொண்டிருந்த அளப்பரிய அன்புதான் அவருக்கு அந்த வாய்ப்பை நல்கியிருக்கிறது. என் தந்தை தன்னுடைய கடைசித் தருணம் நெருங்கி விட்டதை அறிந்து கொண்டு விட்டார். தன் தம்பியிடம் ஒரு பேனாவும் பேப்பரும் வேண்டும் என்று சைகையில் சொல்லி வரவழைத்து, என் இறுதிச் சடங்குகளைச் செய்ய ஆரம்பியுங்கள் என்று எழுதிக் காட்டியிருக்கிறார். பிறகு தன் கையிலிருந்த காப்பையும் கழுத்திலிருந்த தங்கத் துளசி மணி மாலையையும் கழற்றிப் பக்கத்தில் வைத்திருக்கிறார். அதோடு அவர் உயிர் பிரிந்திருக்கிறது.

"என் தந்தையின் கடைசித் தருணம், மரணப் படுக்கையில் உயிருக்குப் போராடிக் கொண்டிருந்த வேளையில் அவருக்கு சேவை செய்வதை விட்டு விட்டு மிருக இச்சையால் பீடிக்கப்பட்டுப் படுக்கை அறை நோக்கி ஓடிய என் கேவலமான செயல் எத்தகைய அவமானகரமானது! எப்பேர்ப்பட்ட அவமானம் அது! இந்த அவமானத்தை என்னால் மறக்கவோ மன்னிக்கவோ முடியுமா? இந்த அத்தியாயத்தை முடிப்பதற்கு முன் ஒரு விஷயத்தைச் சொல்லியாக வேண்டும். என் மனைவிக்குப் பிறந்த குழந்தை மூன்று நான்கு நாட்களே உயிரோடு இருந்தது. வேறு என்ன எதிர்பார்க்க முடியும்?"

மேற்கண்ட வார்த்தைகளைத் தட்டச்சு செய்து கொண்டிருந்த போது கணினித் திரையில் வார்த்தைகள் கலையும் அளவுக்கு என் கண்கள் கலங்கி விட்டன. இதை எழுதியது யார் என்று உங்களால் யூகிக்க முடிந்ததா? மகாத்மா என்று நம்மால் அழைக்கப்பட்ட அந்த உத்தமர் எழுதியதுதான் அது. சரி, சல்மான் கானுக்கும் இந்தச் சம்பவத்துக்கும்

என்ன சம்பந்தம்? பொதுவாகவே நாம் ஒருவரை மகாத்மா என்று சொல்லி தூரத் தள்ளி வைத்து விட்டு நம்முடைய சராசரித்தனங்களோடு வாழ ஆரம்பித்து விடுகிறோம். அப்படி இருக்கும் வரை நம் சமூகம் இன்னும் இன்னும் மோசமாகவே போய்க் கொண்டிருக்கும் என்று தோன்றுகிறது.

சல்மானுக்கு ஆதரவாக தேசமெங்கும் எழுந்திருக்கும் ஆதரவுக் குரல்களைக் கேட்கும் போது எதிர்காலத்தை நினைத்து அச்சமாக இருக்கிறது. டொயோட்டா லேண்ட் க்ரூஸர் என்ற ஆடம்பரக் காரை குடிபோதையில் ஓட்டி நடைபாதையில் படுத்துக் கிடந்தவர்களின் மீது காரை ஏற்றியிருக்கிறார் சல்மான். ஒருவர் ஸ்தலத்திலேயே மரணம்; நாலு பேர் படுகாயம். கை கால் முதுகெலும்பு எல்லாம் உடைந்து வாழ்நாள் பூராவும் முடமாகி விட்டார்கள். வழக்கு நடந்து கொண்டிருக்கும் போது சல்மான், "காரை நான் ஓட்டவில்லை; என் டிரைவர்தான் ஓட்டினார்" என்று சொன்னார். டிரைவரும், "சார் ஓட்டவில்லை; நான்தான் ஓட்டினேன்," என்று வாக்குமூலம் கொடுத்தார். ஆனால் நீதிமன்றம் இதை ஏற்கவில்லை. ஏன்? சல்மான் தனது காரை நடைபாதையில் தூங்கிக் கொண்டிருந்தவர்கள் மீது ஏற்றி விட்டுத் தப்பி ஓடிவிட்டார். இந்த நிலையில் சல்மானின் சாகசம் எப்படி வெளியே வந்தது?

ரவீந்திர பாட்டில் என்பது அந்தப் போலீஸ் கான்ஸ்டபிளின் பெயர். அவர் சல்மானின் பாதுகாவலர். சல்மானுக்கு மும்பை தாதாக்களால் ஆபத்து இருப்பதாகக் கூறப்பட்டதால் அரசு கொடுத்த போலீஸ் பாதுகாப்பு. (கோடிக்கணக்கில் சம்பளம் வாங்கும் நடிகர்களுக்கு சாமான்ய மனிதர்களாகிய நம்முடைய சராசரி சம்பளத்தில் கொடுக்கும் வரிப் பணத்தில் பாதுகாப்பு!) சல்மான் போதையில் காரை ஓட்டும் போது பக்கத்தில் அமர்ந்திருந்த பாட்டில் காரை வேகமாக ஓட்ட வேண்டாம் என்று பலமுறை தடுத்தும் அதை மீறி ஓட்டியிருக்கிறார் சல்மான். விபத்து நடந்து சல்மான் ஓடிய பின், பாட்டில் காவல்நிலையம் சென்று எழுத்து மூலம் புகார் கொடுத்திருக்கிறார். விபத்தில் பாட்டிலுக்கும் கடுமையான அடி. வழக்கில் பாட்டிலின் புகார்தான் சல்மானுக்கு எதிரான முக்கியமான சாட்சி. இதை அடுத்து, பாட்டிலுக்கு சல்மானின் வழக்கறிஞர்கள் மூலமாகக் கடும் அச்சுறுத்தல்; உயர் போலீஸ் அதிகாரிகளின் மிரட்டல். பாட்டில் எதற்கும் அசரவில்லை. ஆனாலும் அவரால் இப்படி இரு தரப்பு மிரட்டலையும் தாக்குப் பிடிக்க முடியவில்லை. திடீரென்று தலைமறைவு ஆகிறார். சல்மானின் குடிபோதை சாகசம் நடந்த ஆண்டு 2002. காணாமல் போன பாட்டிலை 2006இல் கைது செய்கிறது போலீஸ். நீதிமன்றத்தில் ஆஜராகவில்லை என்பதே கைதுக்குக் காரணம்.

பணம் பாதாளம் வரை பாயும் என்பது எவ்வளவு உண்மை என்று பாருங்கள். பிறகு, 2007ஆம் ஆண்டு ஒரு தெருவில் அனாதையாகக் கிடந்த பாட்டிலை மீட்டு மருத்துவமனையில் சேர்க்கிறார் அவரது நண்பர் ஒருவர். ஊரோடு ஒத்துப் போகாத பாட்டிலை அவர் குடும்பமும் விரட்டி விட்டது. காச நோயால் பீடிக்கப்பட்ட பாட்டில் 2007 அக்டோபரில் அனாதையாக மருத்துவமனையில் இறந்தார். தான் இறக்கும் தருணத்தில் கூட போலீஸ் கமிஷனரைப் பார்த்து நடந்ததைக் கூறி, தான் இழந்த போலீஸ் வேலையைப் பெற வேண்டும் என்று கதறியிருக்கிறார் பாட்டில். சினிமாவில் ஹீரோ வேடம் போடுபவர் நிஜ வாழ்வில் எத்தனை கொடூரமான வில்லனாக இருக்க முடியும் என்பதற்கு சல்மான் சாட்சி. (பல ஆண்டுகளுக்கு முன் ஐஸ்வர்யா ராயைக் கன்னத்தில் அறைந்தவரும் இதே சல்மான் தான்!)

சம்பவம் நடந்து 13 ஆண்டுகள் கழிந்து வந்திருக்கிறது தீர்ப்பு. ஐந்து ஆண்டு கடுங்காவல் தண்டனை. சல்மானுக்குத் தேசமெங்கும் ஆதரவுக் குரல். சல்மானின் கார் ஏறிச் செத்துப் போனவர் அல்லது முடமான நால்வரில் ஒருவர் நம் மகனாக, மகளாக, அப்பனாக, சகோதரராக இருந்தால் இப்படி ஒரு கொலைகாரச் செயலுக்கு ஆதரவு அளிப்போமா? நம் சட்டத்திலேயே பல குறைபாடுகள் உள்ளன. சல்மானின் சாகசத்தினால் கடந்த 13 ஆண்டுகளாகவும், இன்னும் சாகும் வரையும் முதுகு, கை, கால் ஆகிய உறுப்புகளின் செயல்பாட்டை இழந்து முடமாகி வாழும் முகமது கலீம் தனக்குக் கிடைத்த ஒன்றரை லட்சம் நஷ்டஈட்டுத் தொகையும் மருத்துவச் செலவுக்கே செலவாகி விட்டதாகவும், தான் இப்போது எந்த வேலையும் செய்ய முடியாமல் பிச்சைக்காரனாக வாழ்வதாகவும் கூறியிருக்கிறார்.

சல்மான் சாகசத்தில் படுகாயம் அடைந்த அப்துல்லா என்பவருக்கு ஒரு கால் போய் விட்டது. “எனக்கு சல்மான் மீது கோபம் இல்லை; இப்போதும் அவர் படங்களைப் பார்க்கிறேன். அவருக்குத் தண்டனை வழங்குவதை விட பாதிக்கப்பட்ட எங்களுக்கு நஷ்ட ஈடு வழங்கினால் நல்லது,” என்று சொல்கிறார். ஆனால் உயிரையும் கைகாலையும் இழந்து வாழ்க்கையைத் தொலைத்து விட்ட இவர்களுக்கு ஒன்றிரண்டு லட்சங்களை விட்டெறிந்து விட்டு சல்மானுக்கு ஐந்து ஆண்டு தண்டனை கொடுத்து என்ன பயன்? சல்மானின் சம்பளம் ஒரு படத்துக்கு 15 கோடி இருக்குமா? (55 கோடி என்கிறது ஓர் இணையதளம்!) அப்படியானால் பாதிக்கப்பட்ட ஒவ்வொருவருக்கும் குறைந்த பட்சம் ஒன்றிரண்டு கோடிகள் அல்லவா கொடுக்கப்பட்டிருக்க வேண்டும்?

முதலில் குடித்து விட்டு வாகனத்தை ஓட்டியதே மன்னிக்க முடியாத குற்றம். ஆனால் இந்தியக் குடிமகன்கள் ஒவ்வொருவரும் அதைச் செய்கிறார்கள். சல்மானும் செய்தார். பக்கத்தில் இருந்த போலீஸ்காரர்

சொல்வதையாவது கேட்டிருக்க வேண்டும். அதையும் செய்யவில்லை. விபத்து நடந்து விட்டது. சல்மான் என்ன செய்திருக்க வேண்டும்? எல்லோரையும் மருத்துவமனையில் சேர்த்து, அவர்களின் வாழ்க்கைக்குத் தேவையான பணத்தையும் கொடுத்து, நீதி மன்றத்தில் உண்மையையும் சொல்லியிருந்தால் பாட்டில் இப்படித் தெருநாயைப் போல் செத்திருக்க மாட்டார்; ஐந்து பேரின் குடும்பங்கள் தெருவுக்கு வந்திருக்காது. முக்கியமாக சல்மானும் இப்படி நீதிமன்றத்தில் அழுதிருக்க வேண்டாம். "நான் காரை ஓட்டவில்லை; இருந்தாலும் நீதிபதியின் தீர்ப்பை மதிக்கிறேன்" என்று சல்மான் சொன்ன பொய்தான் எனக்கு மகாத்மா காந்தியின் வார்த்தைகளை ஞாபகப்படுத்தின.

நீங்கள் என்ன சொன்னாலும் சரி; குற்றவாளியாகவும், பொய்யனாகவும் வாழ்வதுதான் கஷ்டம். மகாத்மாவாக வாழ்வது சுலபம்தான். அதற்கு சல்மான் கான் நான் மேலே குறிப்பிட்டபடி செய்திருக்க வேண்டும். அதாவது, அவர் திரையில் செய்வதை நேரில் செய்திருக்க வேண்டும்.

இவ்வளவையும் படித்து விட்டு சல்மானோ குல்மானோ நமக்கென்ன போச்சு என்று இருந்து விடாதீர்கள். குடித்து விட்டு வாகனம் ஓட்டும் அத்தனை பேருக்கும் சல்மானுக்கு நேர்ந்த கதி ஒருநாள் வரலாம். இதுவரை வரவில்லை எனில் அது அவர்களது அதிர்ஷ்டம் மட்டுமே.

நம் சமூகத்தின் சீரழிவுக்கு இன்னொரு சாட்சி. இரவில் டாஸ்மாக் வாசலில் நிற்கும் நூற்றுக் கணக்கான மோட்டார்சைக்கிள்கள். இதற்கு என்ன அர்த்தம்? குடித்து விட்டு வாகனம் ஓட்டுவதை சட்டம் அனுமதித்து விட்டதா?

மே 21, 2015

22.) அலைபேசியும் நுண்ணுணர்வும்

சல்மான் கான் விவகாரத்தில் நாம் கவனிக்க வேண்டிய மேலும் சில முக்கிய விஷயங்கள். பக்கத்தில் அமர்ந்திருந்த போலீஸ்காரரின் பேச்சையும் கேட்காமல் சல்மான் குடிபோதையில் காரை கன்னாபின்னா என்று ஓட்டிக் கொண்டிருந்த போது அவரது டிரைவர் அசோக் சிங் காரின் பின்னால்தான் அமர்ந்திருந்தார். அந்த டிரைவர் கடந்த 12 ஆண்டுகளாக நீதிமன்றத்தின் பக்கம் வரவில்லை. சமீபத்தில்தான் நீதிமன்றம் வந்து, “காரை நான்தான் ஓட்டினேன்” என்று ‘சீன்’ போட்டிருக்கிறார். இப்படிப் பொய் சாட்சியை ஜோடனை செய்து நீதிமன்றத்தை ஏமாற்றியதற்காகவே சல்மானும் அவர் டிரைவரும் தண்டிக்கப்பட வேண்டியவர்கள்.

பின் சீட்டில் டிரைவருக்குப் பக்கத்தில் இன்னொருவரும் அமர்ந்திருந்தார். அவர்தான் கமால் கான். பாடகர். அவர் இந்த விபத்து நடந்த சில வருடங்களுக்குப் பிறகு தலைமறைவாகி விட்டார். இன்று வரை கிடைக்கவில்லை. மும்பையிலிருந்த தன் வீட்டை விற்று விட்டு எங்கோ வெளிநாட்டுக்குப் போய் விட்டார் என்கிறது வதந்தி. ஆனால் விபத்து நடந்த போது சல்மான்தான் கார் ஓட்டினார் என்று இவரும் போலீசில் வாக்குமூலம் கொடுத்திருக்கிறார்.

இன்றைய இந்தியாவில் நீதி என்பது பணக்காரர்களுக்கு ஒருவிதமாகவும் ஏழைபாழைகளுக்கு வேறு விதமாகவும் இருக்கிறது என்பதை சல்மானுக்குக் கிடைத்த ஜாமீனே நிரூபிக்கிறது. தண்டனை கொடுக்கப்பட்ட ஓரிரு மணி நேரத்தில் ஜாமீன் கிடைத்து விட்டது. ஆனால் நம் நாட்டில் இரண்டரை லட்சத்துக்கு மேற்பட்டவர்கள் குற்றமே நிரூபிக்கப்படாமல், விசாரணையும் நடக்காமல் பல ஆண்டுகளாக சிறையில் வாடிக் கொண்டிருக்கிறார்கள். பல ஆண்டுகள் என்றால் பத்தாண்டுகளுக்கும் மேலாக. இவர்கள் மீது குற்றம் மட்டுமே

சாட்டப்பட்டிருக்கிறது. விசாரணையும் நடக்கவில்லை; குற்றமும் நிரூபிக்கப்படவில்லை. ஆனாலும் சிறையில் கிடக்கிறார்கள். காரணம், இவர்கள் சல்மான் கான் இல்லை. இவர்கள் ஒன்றும் கொலைகாரர்கள் இல்லை. பிக் பாக்கெட் போன்ற சிறு குற்றங்கள் செய்தவர்கள். இரண்டரை லட்சம் பேர் இப்படிக் குற்றம் நிரூபிக்கப்படாமல், விசாரணையும் நடத்தப்படாமல் பத்தாண்டுகளுக்கும் மேலாக சிறையில் அடைந்து கிடப்பதற்குக் காரணம் என்ன தெரியுமா? ஜாமீன் தொகையாக ஒருசில ஆயிரங்களைக் கட்ட இவர்களிடம் பணம் இல்லை. இன்னொரு அவலம் என்னவென்றால், இப்படிச் சிறையில் கிடப்பவர்களின் எண்ணிக்கை இரண்டரை லட்சம் என்பது கூட ஒரு குத்துமதிப்புக் கணக்குதான். எந்த மாநிலத்திலும் அதற்கு சரியான கணக்கு கிடையாது.

இன்னொரு முக்கிய விஷயம், ரஜினிகாந்த் தமிழ் சினிமாவில் எப்படியோ அப்படிப்பட்ட இடத்தில் இந்தி சினிமாவில் இருப்பவர் சல்மான் கான். அதனால்தான் சத்யமேவ ஜெயதே என்ற நிகழ்ச்சியில், குடித்து விட்டு வண்டி ஓட்டுவது பற்றித் தார்மீக ஆவேசம் கொண்டு பேசிய ஆமிர் கான் இப்போது சூப்பர் ஸ்டார் சல்மான் கானுக்காகப் பரிந்து பேசியிருக்கிறார். உண்மை என்னவென்றால், மும்பை சினிமா உலகம் மனிதாபிமானத்தை இழந்து விட்டது.

சல்மான் கானைப் பற்றி நிறையவே எழுதி விட்டேன். ஆனால் அவரைப் போன்ற மனிதர்கள் எப்படி உருவாகிறார்கள் தெரியுமா? சமீபத்தில் சென்னையில் ஒரு விபத்து. ஒரு இளைஞன் பைக்கில் போகும் போது போக்குவரத்துப் போலீசார் விரட்டியதால் சாலையின் மையத்தடுப்புக் கம்பியில் விழுந்து இறந்து போனான். ஒரு இளைஞனின் மரணம் ஈடு செய்ய முடியாததுதான். அதில் சந்தேகமே இல்லை. ஆனால் நடந்தது என்ன? அந்த இளைஞன் மூன்று பேராக பைக்கில் சென்றிருக்கிறான். மூன்று பேராகச் சென்றால் எங்களுக்கு சலான் கொடுப்பதை விட்டு விட்டு போலீஸ் எப்படி எங்களை விரட்டலாம் என்று கேட்கிறார் பைக்கில் சென்ற இன்னொரு இளைஞர். இத்தகைய மனோபாவம்தான் தமிழ்நாடு முழுவதும் பரவி இருக்கிறது. நான் சட்டத்தை மதிக்க மாட்டேன். அதைக் கேட்க போலீசுக்கு அதிகாரம் இல்லை. மீறிக் கேட்டால் தர்ணா, போராட்டம், நீதி விசாரணை.

உலகில் எந்த நாட்டிலும் இவ்வளவு மோசமாக சாலைவிதிகளை மீறுவதில்லை. எந்த நாட்டிலும் தலைக்கவசம் அணியாமல் யாரும் மோட்டார் சைக்கிள் ஓட்டுவதில்லை. வாஸ்தவத்தில், பின்னால் செல்பவரும் தலைக்கவசம் அணிய வேண்டும். பின்னால் செல்பவருக்குத்தான் வண்டியை ஓட்டுபவரை விட ஆபத்து அதிகம். இன்று எல்லா வீடுகளிலும் 18 வயதுக்கு உட்பட்ட இளைஞர்களை

ஓட்டுநர் உரிமம் இல்லாமலேயே மோட்டார் சைக்கிள் ஓட்டுவதற்குப் பெற்றோர் அனுமதிக்கின்றனர். விபத்து நடந்த போது சல்மானிடமும் ஓட்டுநர் உரிமம் இருக்கவில்லை. இப்படி நம்முடைய பிள்ளைகளையே சல்மான் கான் மாதிரி வளர்த்தால் ஒரு கோடீஸ்வரரின் பிள்ளையான சல்மான் கான் எப்படி சட்டத்தை மதிப்பார்?

ஆம், சல்மானின் தந்தை சலீம் கான் பாலிவுட்டில் மிகப் பிரபலமானவர். அந்தக் கோடீஸ்வரர் தன் பிள்ளைக்குக் கற்பித்தது என்ன? பொய், பித்தலாட்டம், கொலை செய்து விட்டுத் தப்பித்தல், உண்மையை மறைத்தல், பெண்களை அடித்தல், மானை வேட்டையாடுதல் இன்னபிற 'நல்ல' விஷயங்களைத்தான் சலீம் கான் தன் மகனுக்குக் கற்பித்திருக்கிறார். மான்களை வேட்டையாடித் தின்று விட்டு ஓடிய வழக்கும் சல்மான் கான் மீது இன்னும் நிலுவையில் இருக்கிறது. முன்பு ஐஸ்வர்யா ராயைக் கன்னத்தில் அறைந்தவரும் இவரே. இப்போது பெற்றோராகிய உங்களைக் கேட்கிறேன். நீங்கள் சலீம் கானைப் போல் உங்கள் பிள்ளைகளை வளர்க்கப் போகிறீர்களா? அல்லது, சில வாரங்களுக்கு முன் நான் எழுதிய ஜட்ஜ் முத்துசாமி ஐயரைப் போலவா?

***

சமீபத்தில் என் நண்பர் செல்வகுமார் இப்படி ஒரு கடிதம் எழுதியிருந்தார்:

அன்புள்ள சாரு,

நீங்கள் ஜெகாவுக்காகக் கொடுத்த புத்தகங்களில் இருந்து *This Blinding Absence of Light* என்ற நாவலை (நிழலற்ற பெருவெளி) வாசித்தேன். அற்புதம். முதல் முப்பது பக்கங்கள் தமிழ்தான் என்றாலும் வாசிக்கக் கடினமாக இருந்தது. அதன் பிறகு புத்தகத்தை வாசித்து முடிக்கும்வரை வேறு பிரக்ஞை இல்லாமல் அதில் வெளிப்படும் மனிதனின் வலி, தரிசனம், வன்முறையின் மீதான விருப்பம், தன் மிருக குணங்களிருந்து அவன் மீண்டெழுதல், வெறுப்பு, பயம் இவற்றால் அழிந்து போதல் போன்றவையின் கலவையான கதையால் வசப்பட்டிருந்தேன்.

நரகத்தை ஒத்த இருட்டுச் சிறையில், ஐந்தடி உயரமுள்ள பொந்தில், கரப்பான், தேள், எலிகளுடன் உயிர் வாழ்ந்து, சக மனிதர்களை சாகக் கொடுத்து இருபது ஆண்டுகள் கழிந்து மீள்கிறார்கள். (சிலரோ பயம், வருத்தம், வெறுப்புக்குத் தங்களை ஒப்புக் கொடுத்து மரணத்தைத் தழுவுகிறார்கள்.)

அதில் ஒருவன் குரானை ஓதி, தொழுது, தான் படித்த இலக்கியம், சினிமா இவற்றை நினைவிலிருந்து பிறருக்குக் கதையாகச் சொல்லி

மீண்டு வருகிறான். அதுவும் தன் உடலை விட்டு அவன் வெளியில் உலாவுவதும், மீண்டும் உடலுக்கு உள்ளே புகுந்து தன்னை இந்த உலகின் கீழ்மையான குணங்களிலிருந்து விடுவித்துக் கொள்வதும் இந்த நாவலின் முக்கியச் செய்தி.

நீங்கள் இந்தப் புத்தகத்தின் ஆன்மாவை ஏற்கனவே விளக்கியிருந்ததால், அதுவும் பலமுறை, அதன் உள்ளடக்கம் எதையும் இழக்காமல் வாசிக்க முடிந்தது. இந்த நாவல் மனதில் உண்டாக்கியிருக்கும் அதிர்வு ஏதோ ஒரு வகையில் என் வாழ்நாள் முழுவதும் உடனிருக்கும் என்றே நம்புகிறேன்.

பலமுறை இந்த நாவலைப் பற்றி எங்களுடன் பேசியிருக்கிறீர்கள். அதற்கு 'நன்றி' என்று வெறும் வார்த்தைகளால் சொல்வது ஆகக் குறைவான மரியாதை. நேற்றிலிருந்து நாவலை அசைபோடுவதிலும், அதன் பூலோக இடங்களை இணையத்தில் தேடுவதிலும் செலவழித்துக் கொண்டிருக்கிறேன்.

செல்வகுமார்.

This Blinding Absence of Light என்பதன் நேர் விரோதமான தலைப்பே நிழலற்ற பெருவெளி. பெருவெளியே இல்லாத இருட்டுப் பொந்தில் அல்லவா அவர்கள் அடைபட்டிருந்தார்கள்? அப்படியிருக்க நிழலற்ற பெருவெளி என்ற தலைப்பு எப்படிப் பொருந்தும்? தாஹர் பென் ஜெலோன் (Tahar Ben Jelloun) என்ற மொராக்கோ தேசத்து எழுத்தாளர் எழுதிய நாவல் அது. சரியில்லாத மொழிபெயர்ப்பில் தமிழில் கிடைக்கிறது. சரியில்லாத மொழிபெயர்ப்பு என்றாலும் அந்த நாவலிலிருந்து பெரும் தரிசனத்தைப் பெற்றிருக்கிறார் செல்வகுமார். ஃப்ரெஞ்சில் எழுதப்பட்ட அந்த நாவலை ஆங்கில மொழிபெயர்ப்பில் பத்து ஆண்டுகளுக்கு முன்பு படித்தேன். Agnosticஆகத் திரிந்த நான் தீவிர கடவுள் நம்பிக்கையாளனாக மாறுவதற்குக் காரணமாக இருந்த நாவல் அது. முடிந்தால் வாசித்துப் பாருங்கள். ஆளையே மாற்றிப் போட்டு விடும்.

***

தற்காலத்தில் வசதி வாய்ப்புகள் பெருகி விட்டன. எல்லா வேலைகளுக்கும் எந்திரங்களின் உதவி. உலகமே அலைபேசியில் அடக்கம். ஆனால் வசதிகள் அதிகரிக்க அதிகரிக்க நம்முடைய நுண்ணுணர்வுகள் மழுங்கிக் கொண்டு வருகின்றன என்பதைப் பின்வரும் உரையாடல் உணர்த்துகிறது. முகநூலில் நான் படித்த ஒரு சுவாரசியமான பதிவு இது. எழுதியவர் ஷோபன் பாபு. அவரும் அவரது நிர்வாக இயக்குனரும் பேசிக் கொள்கிறார்கள்.

“ஹே... Shob... என்ன லீவ்ல இருக்கியா..?”

“யா. குழந்தை பிறந்திருக்கிறது. ஹாஸ்பிடலில் இருக்கிறேன்– கொஞ்சம் எமர்ஜென்ஸி. டைட்டா ஓடிட்டிருக்கேன். two weeks personal off…”

“ஓகே. அந்த ரொமேனியன் ப்ராஜக்ட் இந்த வாரம் முடியுது. any extension possibilities?”

“ஆமாம். அல்ரெடி பேசிட்டேன். பட்ஜெட் ப்ரபோஸ் பண்ணிட்டேன். அநேகமா கிடைச்சுடும். லண்டன் ஆபீஸ்ல இருக்கற ரெண்டு பசங்ககிட்ட எல்லா டீடெய்ல்ஸும் குடுத்திருக்கேன். அவிங்க பாத்துக்குவாய்ங்க.”

“Will you be there on the discussions?”

“No. நான் அல்ரெடி பேக்கிரவுண்ட் டாகுமெண்ட்ஸ் எல்லாம் முடிச்சுட்டேன். மிச்சத்த நீங்க பாத்துக்கோங்க. நான் இங்கே என் மனைவியை கவனிச்சுக்கணும். என் மூத்த மகளையும் பார்த்துக்கிற வேலை இருக்கு...”

“ம். அந்த ஹங்கேரி ப்ரபோசல்?”

“முடிஞ்ச்...”

“சரி. அந்த சௌத் ஆப்ரிக்கன் ஃபேசன் க்ளையண்ட்...”

“பட்ஜெட் அனுப்பிட்டேன். அவன் ரொம்ப ஜாஸ்தினு சொல்றான். ஆனா அவன் சொல்ற பட்ஜெட்டுக்கு tier-3 கம்பெனி கூட ஒத்துக்கமாட்டான். நான் கேப் டவுன்ல ஒருத்தன், பார்சிலோனால ஒருத்தன்னு ரெண்டு பேர்கிட்ட எல்லா விவரமும் குடுத்துட்டேன். நீங்க அவிங்ககிட்ட பேசுங்க. நான் லீவ்ல இருக்கேன். சாரி...”

“ஆமா, நீ எதுக்கு லீவ்ல இருக்க?”

***

இதை நீங்கள் படித்துக் கொண்டிருக்கும் போது நான் இஸ்தாம்பூலில் இருப்பேன். துருக்கித் தலைநகரின் பெயரை இப்படித்தான் உச்சரிக்க வேண்டும். ஓரான் பாமுக் எழுதிய *இஸ்தாம்பூல்* என்ற புத்தகத்தைப் படித்ததிலிருந்து அந்த நகரைப் பார்க்க வேண்டும் என்ற ஆர்வம். முக்கியமாக நீல மசூதியை. அங்கே அமர்ந்து அந்த பாங்கு ஓசையைக் கேட்க வேண்டும். இந்த நீல மசூதியை நீங்கள் *உத்தம வில்லனின்* முதல் பாடலில் பார்க்கலாம். படத்தைப் பார்த்த போது நான் அதை கவனிக்கவில்லை. அந்தப் பாடல் நீல மசூதியில் எடுக்கப்பட்டிருப்பதை என் நண்பர்தான் சொன்னார். ஐயோ, நான் ஏன் கவனிக்கவில்லை?

அதைப் பார்ப்பதற்காகவே இஸ்தாம்பூல் வரை செல்லும் நான் எப்படி அதை கவனிக்காமல் போனேன்? புரியவே இல்லை. ஒருநாள் ஒரு உணவு விடுதியில் தொலைக்காட்சியில் அந்தப் பாடலைப் பார்த்த போது என் சந்தேகத்துக்கு விடை கிடைத்தது. பூஜா குமாரின் அராஜகமான ஆடையே காரணம். கொடுமை, கொடுமை.

மே *28, 2015*

23.) சினிமாவுக்கு அடிமையான தமிழினம்

பொதுவாக என் கட்டுரைகளில் தமிழ் சினிமா பற்றி எழுதுவதைத் தவிர்த்தே வருகிறேன். காரணம், தமிழர்களின் வாழ்வை சினிமாவே பெருமளவு ஆக்ரமித்திருக்கிறது. இந்த அளவுக்கு சினிமா அடிமையாக இருக்கும் இனம் உலகில் வேறு எங்கும் இல்லை. அதுவும் நல்ல சினிமா இல்லை; கெட்ட சினிமா. ஏன் இப்படிச் சொல்கிறேன் என்றால், நம் சமூகச் சீரழிவுக்கு சினிமாதான் பிரதானமான காரணமாக இருந்து வருகிறது. நம் குழந்தைகளிடம் பேசிப் பார்த்தாலே இது புரிந்து விடும். குழந்தைகளுக்குப் படிப்பு தவிர தெரிந்திருக்கும் ஒரே விஷயம் சினிமா. தம் குழந்தைகள் சினிமா நடிகைகளைப் போல் குறைந்த ஆடையுடன் ஆபாச நடனம் ஆடுவதைக் கைதட்டி ரசித்து, பரிசு வாங்கினால் அழுது ஆனந்தக் கண்ணீர் விடும் பெற்றோர்களை நான் தொலைக்காட்சி நிகழ்ச்சிகளில் காண்கிறேன். சமூகச் சீரழிவு என்றால் இது மட்டும் அல்ல. தமிழ்நாட்டில் காணப்படும் சுவரொட்டிகள், பேனர்கள் அனைத்தையும் பார்த்தால் சீரழிவின் இன்னொரு பரிமாணம் புரியும். சமீபத்தில் சென்னை நகரத்தையே ஆக்ரமித்த பேனர்களையும் சுவர் விளம்பரங்களையும் பார்த்த போது நாம் மன்னர் ஆட்சியில் இருக்கிறோமா என்ற சந்தேகமே வந்து விட்டது. இதில் ஆளும் கட்சி, எதிர்க் கட்சி என்ற பேதமே இல்லாமல் எல்லாக் கட்சிகளுமே இப்படித்தான் இருக்கின்றன. விமான நிலையத்திலிருந்து வீட்டுக்கு வந்து கொண்டிருந்த போது ஒரு தொண்டர் சாலையின் நடுவில் அமைக்கப்பட்டிருந்த ஆளுயர பேனரில் இருந்த ‘அம்மா’வின் படத்தைத் தொட்டு வணங்கிச் சென்ற காட்சியைப் பார்த்தேன். ம்ஹூம். மன்னர் ஆட்சி என்று சொன்னது தவறு. அப்போது கூட இந்த அளவுக்கு இருந்திருக்காது.

தமிழ்நாடு அதிக எண்ணிக்கையில் சினிமா தயாரிக்கப்படும் இடங்களில் ஒன்றாக இருந்தாலும் தமிழ்ப் படங்கள் சர்வதேச அளவில் பேசப்படுவது

இல்லை. காரணம் நமக்குத் தெரியும். நம் வாழ்வைத் தமிழ் சினிமா பிரதிபலிப்பது இல்லை. இந்த நிலையில் நல்லதொரு சினிமா கலாச்சாரத்தை வளர்த்தெடுக்க வேண்டும் என்ற எண்ணத்தில் சிலர் தங்கள் வாழ்க்கையை அர்ப்பணித்துச் செயல்பட்டு வருகின்றனர். அவர்களில் ஒருவர் அருண். நண்பர்களிடையே தமிழ் ஸ்டுடியோ அருண் என்று அறியப்படுபவர். வணிக சினிமாவைக் கடுமையாக விமர்சிப்பவர் என்பதால் பலருடைய எதிர்ப்புக்கும் ஆளாகி வருபவர். நாம் ஒன்றை யோசிக்க வேண்டும். நல்ல சினிமாவின் மீதான ஆர்வத்தினால்தானே அவர் வணிக சினிமாவை விமர்சிக்கிறார்? இந்த நிலையில் பாலு மகேந்திராவின் பெயரில் விருது என்ற ஒன்றை ஏற்படுத்தி நல்ல குறும்படங்களைத் தேர்ந்தெடுத்துப் பரிசளிக்கும் முயற்சியில் ஈடுபடுகிறது தமிழ் ஸ்டுடியோ. ஏற்கனவே அருணின் முயற்சியில் தமிழ் ஸ்டுடியோ, எடிட்டர் லெனினின் பெயரிலும் ஒரு விருதை ஆண்டு தோறும் கொடுத்து வருகிறது.

நல்ல குறும்படங்களைத் தேர்ந்தெடுப்பதற்காக சுமார் 250 படங்களைப் பார்த்து அதில் 16ஐத் தேர்ந்தெடுத்துக் கொடுத்தார் லெனின். நல்ல சினிமாவுக்காக சுமார் 40 ஆண்டுகளாகப் பாடுபட்டு வருபவர். அவர் எடிட்டர் மட்டும் அல்ல. அவரே ஒரு இயக்கம்தான். அவரிடம் நல்ல சினிமாவைப் பயின்ற இளைஞர்கள் ஏராளம். அவர் தேர்ந்தெடுத்த 16 படங்களையும் நானும் லீனா மணிமேகலையும் மீண்டும் லெனினும் பார்த்தோம். 16 படங்களில் நான்கு படங்களைத் தேர்ந்தெடுக்க வேண்டும். ஏற்கனவே ஒவ்வொரு படத்தையும் பார்த்து முடித்த கையோடு இருட்டிலேயே அந்தப் படத்தைப் பற்றி எழுதிக் கொண்டேன். வெளியே வந்து தனியறையில் மூவரும் அமர்ந்தோம். அப்போது நான் சொன்னேன், நாம் தேர்ந்தெடுத்த நான்கு படங்களுமே ஒன்றாகத்தான் இருக்கும் என்று. மூவரின் காகிதங்களையும் பார்த்த போது நான் சொன்னது போலவே இருந்தது. இதிலிருந்து தெரியும் உண்மை என்னவெனில், தரமான சினிமா என்ற ஒன்று இருக்கிறது. அதனால்தான் 16 படங்களில் நாங்கள் மூவரும் ஒன்றே போல் நான்கு படங்களைத் தேர்ந்தெடுத்திருந்தோம். ஒரு படம் கூடத் தவறவில்லை.

அந்த நான்கு படங்கள்: *கண்காணிக்கும் மரணம்* – (இயக்கம்) ஹரி, *ஆயா* – மகா விதுரன், *ஆர்ட்டிக்கிள் 39* – பாலா, *ஞமலி* – விஜய் ஆனந்த். படத்தைப் பார்க்கும் போது நான் இயக்குனர் பெயர்களைக் கவனிக்கவில்லை. படம் முடிந்த உடனேயே என் கருத்தை எழுதிக் கொள்ள வேண்டியிருந்ததால் படம் முடியும் போது வரும் பெயர்ப் பட்டியலையும் கவனிக்கவில்லை. எனவே படத்தைத் தேர்ந்தெடுத்த போது எனக்கு இயக்குனர் பெயர் தெரியாது. நாங்கள் மூவருமே முதல் பரிசுக்கும் இரண்டாம் பரிசுக்குமான படங்களைத் தேர்ந்தெடுக்கும்

போதும் ஒத்த கருத்தையே கொண்டிருந்தோம். அப்படியாக, முதல் பரிசு *கண்காணிக்கும் மரணம்*, இரண்டாம் பரிசு *ஆயா* என்று முடிவு செய்தோம். மற்ற இரண்டு படங்களுக்கும் மூன்றாம் பரிசு.

இந்தக் குறும்படப் போட்டியின் போது எனக்குப் பல்வேறு விஷயங்கள் தெரிய வந்தன. உலக சினிமாவை அறிந்த பலருக்கும் தெரிந்திருக்கும் ஒரு விஷயம்தான். நீங்கள் ஒரு படம் எடுக்க நினைத்தால் அதன் கதையை இலக்கியத்திலிருந்து பெற்றால் அந்தப் படம் நன்றாக அமைவதற்குப் பிரகாசமான வாய்ப்பு உள்ளது. உலகின் மிக முக்கியமான படங்கள் பெரும்பாலும் இலக்கியத்திலிருந்து எடுக்கப்பட்டவையே. துரதிர்ஷ்டவசமாக தமிழ் சினிமா இலக்கியத்திலிருந்து தூரமாக ஒதுங்கி இருப்பதால் அந்த நல்ல விஷயம் இன்னும் இங்கே நடைபெறவே இல்லை. தனது கதைகளை இலக்கியத்திலிருந்து எடுத்துக் கொண்டிருந்தால் இந்நேரம் தமிழ் சினிமா உலக அரங்கில் தடம் பதித்திருக்கும். கல்கியின் *பொன்னியின் செல்வன்*, ப.சிங்காரத்தின் *புயலிலே ஒரு தோணி*, ஆதவனின் *காகித மலர்கள்*, அசோகமித்திரனின் *கரைந்த நிழல்கள்*, சுஜாதாவின் *கனவுத் தொழிற்சாலை* என்று பல நூறு கதைகள் தமிழில் உள்ளன. இது இந்தக் குறும்படத் தேர்விலும் நிரூபணம் ஆகியது. ஏனென்றால், முதல் பரிசு பெற்ற *கண்காணிக்கும் கடவுள்* அழகிய பெரியவனின் கதையை வைத்தும், *ஆயா* அடியேன் எழுதிய *அவ்வா* என்ற கதையைத் தழுவியும் எடுக்கப்பட்டது.

இலக்கியத்திலிருந்து மூலக்கதையைப் பெறும் போது படம் ஆர்ட் ஃபிலிமாக மாறி விடும் என்பதும் ஒரு தவறான எண்ணம். மேற்கண்ட படங்களைப் பார்த்தால் அது விளங்கும். ஆயா படத்தின் போது பார்வையாளர்கள் பல இடங்களில் வெடித்துச் சிரித்தார்கள். பரிசு பெறாதவர்களின் சில படங்களும் நன்றாக இருந்தன. இந்த இயக்குனர்கள் அனைவரும் வருங்காலத்தில் தமிழ் சினிமாவில் முக்கியமான இடத்தைப் பெறுவார்கள் என்ற நம்பிக்கை தெரிந்தது. அதே சமயம், 16 படங்களில் ஒருசில படங்களைத் தவிர மற்ற படங்களில் இசை பெரும் இரைச்சலாகவே இருந்தது. எல்லா இசை அமைப்பாளர்களுமே இளைய ராஜாவாக மாறி வயலின்களை இழுத்துக் கொண்டிருந்ததை சகிக்கவே முடியவில்லை.

இசை என்பது என்ன பிளாஸ்டிக் குவளையா? பிளாஸ்டிக் குவளைதான் ஆயிரமும் ஒரே மாதிரி இருக்கும். இசை அப்படி அல்ல. சினிமா ஆர்வம் உள்ள நம் இளைஞர்கள் பலருக்கும் உலக சினிமா தெரியவில்லை. குறிப்பாக ஐரோப்பிய சினிமா. அதைப் பார்த்துப் பயின்றால் மட்டுமே இசையை ஒரு சினிமாவில் எப்படிப் பயன்படுத்தலாம் என்பதை அறிந்து கொள்ள முடியும். இசை மட்டும் அல்லாமல் சினிமா என்ற கலை வடிவத்தைப் பற்றி சரியாக

அறிந்து கொள்ள வேண்டுமானால் நாம் ஸ்வீடனின் Ingmar Bergman, ஹங்கேரியின் Miklos Jancso, Zoltan Fabri, ஃப்ரான்ஸின் Jean Luc Godard, ஜெர்மனியின் Werner Herzog, போலந்தின் Roman Polanski, இத்தாலியின் Federico Fellini, Antonioni, Pasolini போன்ற ஏராளமான மேதைகளின் படங்களைப் பார்த்தாக வேண்டும்.

***

"அசாமின் சோண்டிபூர் மாவட்டத்தில் உள்ள நெல்வயல்களுக்குள் புகுந்து நெற்பயிர்களைச் சாப்பிட்டுத் திரும்பிச் செல்லும் யானை மந்தையின் புகைப்படம் ஒன்றை சமீபத்தில் பார்த்தேன். அந்த மந்தையில் பிறந்து சில நாட்களே ஆன புதிய குட்டிகளும் பெரியவர்களுக்கு இடையில் இருந்தன. பொன் போல மின்னும் மஞ்சள் கதிர்களுக்கு அப்பால் அவை தங்கள் பின்புறங்களைக் காட்டிச் சென்று கொண்டிருக்கும் புகைப்படம் அது. ஐந்து மனிதர்களைக் கொன்ற யானைகள் அவை. ஆனால், அந்த யானைகள் புதிய குட்டிகளோடு திரும்பிச் செல்லும் புகைப்படத்தைப் பார்க்கும் போது அவை செய்ததாகச் சொல்லப்படும் குற்றம் எதுவுமே தெரியவில்லை. அவை கடவுளை நோக்கிச் சென்று கொண்டிருக்கும் அமைதி அனுபவத்தைத் தருபவை. குற்றமும் களங்கமின்மையும் ஒன்று சேர்ந்த உயிர்கள் அவை. எனது கவிதைகள் அந்தக் குட்டி யானைகளைப் போல இருக்க வேண்டும் என்பது எனது விருப்பம்" என்ற முன்னுரையோடு தொடங்குகிறது ஷங்கர் ராமசுப்ரமணியனின் *ஆயிரம் சந்தோஷ இலைகள்* என்ற கனமான கவிதைத் தொகுதி. சுமார் பதினைந்து ஆண்டுகளுக்கும் மேலாக ஷங்கர் ராமசுப்ரமணியனின் கவிதைகளின் வாசகனாக இருந்து வருகிறேன். கவிதைதான் ஒரு மொழியின் ஆக முக்கியமான கருவூலம். கருவறையிலிருந்து உயிர்கள் ஜனிப்பது போல் கவிதையிலிருந்து சூல் கொள்கிறது மொழி. ஆகவேதான் உலகெங்கிலும் கவிஞர்களுக்குத் தனி மரியாதை தரப்படுகிறது. கவிதை பற்றி விரிவாக எழுதும் தகுதி எனக்கு இல்லை. இடையில் சில காலம் கவிதை எழுதி வந்தேன். பிறகு விட்டு விட்டேன். ஏன் என்றார்கள். பித்த நிலையில் நீண்ட காலம் இருக்க முடியவில்லை. கவிதை தரும் அனுபவம் வார்த்தையால் விவரிக்க முடியாததாக இருக்கிறது. நீங்களே படித்துப் பாருங்கள். தொகுப்பிலிருந்து ஒரு கவிதை:

அவன் நள்ளிரவில் களைப்புற்று
வீடு திரும்பிக் கொண்டிருந்தான்.
ஒரு முழுவாழ்வு தரும்
அலுப்பையும் கசப்பையும்
அன்று போதிய அளவு பருகியிருந்தான்.
சட்டை இரும்பென

வியர்வையில் கனக்க குனிந்தபடி
தன் வீடிருக்கும் தெருவில் திரும்பினான்.
ஒரு உலர்ந்த மரக்கிளை
சடசடக்கும் சத்தம் கேட்க
அவன் பயம் கொண்டான்.
நிலவின் ஒளியில் தன் புள்ளிகளை
இறைத்து இளைப்பாறியிருந்த
மான்கள் கால்களை உதறி எழுந்து
அவனைக் கடந்தன.
புள்ளிகள் ஒன்றுக்கொன்று பேசுவது போல்
மெலிதாய்
அவன் கவிஞன் என்று
அவை தங்களுக்குள் உரையாடிச் சென்றன.

ஜூன் 11, 2015

24.) ஈழப் போராட்டம் இங்கே லஞ்ச் டைம் ஆர்ப்பாட்டம்!

சிறுவயதில் உங்களோடு பலீங்சடுகுடு விளையாடிய நண்பன் ஒருவன் திடீரென்று சினிமாவில் நடித்து ஆஸ்கர் பரிசு பெற்று விட்டான் என்றால் உங்களுக்கு எப்படி இருக்கும்? ஜாலியாகத்தான் இருக்கும். ஆனால் பலீங்சடுகுடு காலத்தில் அவனோடு நிறைய சண்டை போட்டு டூ விட்டிருந்தீர்களானால் எப்படி இருக்கும்? சமீபத்தில் நடந்த கான் சர்வதேசத் திரைப்பட விழாவில் ஷோபா சக்தி நடித்த தீபன் என்ற படத்துக்கு உலகப் புகழ் பெற்ற Palme D'or விருது கிடைத்த போது எனக்கு அப்படித்தான் இருந்தது. "அடடா, இப்படி நடக்கும் என்று தெரிந்திருந்தால் அவர் விருந்துக்கு அழைத்த போதே போயிருக்கலாமே" என்று வெகுவாக விசனப்பட்டேன். ஆம். ஷோபா சக்தி என் நீண்ட கால நண்பர். 2001ஆம் ஆண்டு அவருடைய அழைப்பின் பேரில் ஃப்ரான்ஸ் சென்று அவரோடு பல தினங்கள் தங்கியிருந்தேன். அவரும் பாரிஸிலிருந்து சென்னை வரும் போதெல்லாம் என்னைச் சந்திப்பார். ஆனால் கடந்த ஜனவரியில் சென்னை புத்தக விழாவின் போது வந்திருந்த ஷோபா சக்தி என்னை விருந்துக்கு அழைத்தபோது மறுத்து விட்டேன். வருந்தி வருந்தி அழைத்தும் நிர்த்தாட்சண்யமாக மறுத்தேன். முன்கூட்டியே ஏன் சொல்லவில்லை என்பது என் வருத்தம். ஐரோப்பாவில் நீண்ட காலம் வாழும் ஒருவர் ஒரு நண்பரைச் சந்திக்க நினைக்கும் போது முன்கூட்டியே தகவல் சொல்லி, அவருடைய வசதி பற்றித் தெரிந்து கொள்ள வேண்டாமா என்பது என் ஆதங்கம். நாம் தேடிப் போகும் நபருக்கு எத்தனையோ வேலைகள் இருக்கலாம். அதையெல்லாம் கொஞ்சமும் பொருட்படுத்தாமல் நம் இஷ்டப்படி உறவினர்/ நண்பர் வீட்டில் போய் நிற்பதை நான் பல இடங்களில் பார்த்திருக்கிறேன்.

என்னுடைய நண்பர் ஒருவர். மணமாகிப் பத்து ஆண்டுகள் ஆகின்றன. இந்தப் பத்து ஆண்டுகளில் அவரும் மனைவியும் ஒருநாள் கூடத் தனியாக இருந்ததில்லை. திருமணம் ஆனவுடன் தனியாக இருக்க வாய்ப்பு இருந்திருக்க வேண்டும் அல்லவா? அப்போதும் இல்லை. வேலை தேடி மைத்துனன் வந்து தங்கி விட்டான். அவனுக்கு வேலை கிடைத்துப் போனதும் நண்பரின் தம்பி வேலை தேடி வந்து விட்டான். அதற்குப் பிறகு குழந்தை. சமீபத்தில் பள்ளி விடுமுறையின் போது பையனை தாத்தாவும் பாட்டியும் வந்து அழைத்துக் கொண்டு போய் விட்டார்கள். "ஒரு வாரம் நாங்கள் தனியாக இருக்கப் போகிறோம். நினைத்தாலே ஜாலியாக இருக்கிறது" என்று சொல்லிக் கொண்டிருந்தார் நண்பர். பையனைத் தாத்தா பாட்டி அழைத்துக் கொண்டு போன மறு நிமிஷம் இன்னொரு தாத்தா பாட்டி வந்து இறங்கினர். என் நண்பரின் பெற்றோர்! "உன்னிடம் சொல்லாமல் வந்து உனக்கு இன்ப அதிர்ச்சி கொடுக்கலாம் என்றுதான் சொல்லவில்லை" என்றாராம் எப்போதும் வேடிக்கையாகப் பேசும் என் நண்பரின் தந்தை. என்னென்னவோ திட்டம் போட்டு வைத்திருந்தேன்; எல்லாம் போச்சு என்று மூக்கால் அழுதார் நண்பர்.

பல இளைஞர்கள் தங்கள் தாய் தந்தையரைப் பராமரிக்காமல் முதியோர் இல்லத்தில் விட்டு விடுகிறார்கள் என்று விமர்சித்துக் கொண்டிருக்கிறோம் அல்லவா? அதேபோல் இந்தப் பெரிசுகள் பண்ணுகின்ற அக்குறும்பும் ஜாஸ்திதான். சரி, நம் ஷோபா சக்தி விஷயத்துக்கு வருவோம். மேலே விவரித்த காரணத்தினால் நண்பனின் அழைப்பைப் புறக்கணித்து விட்டேன். இப்போது பார்த்தால் அடடா, போயிருக்கலாமே; உலக நாயகனோடு விருந்து சாப்பிடுவது போல் ஒரு புகைப்படம் எடுத்துக் கொண்டிருக்கலாமே என்று தோன்றுகிறது. கான் திரைப்பட விழாவின் உச்சபட்ச விருது என்றால் உலக நாயகன் தானே?

இன்னொரு விஷயம், இதுவரை கான் விழாவில் எந்தத் தமிழ்ப் படமும் பால்ம் தோர் விருது வாங்கியதில்லை. காரணம், தமிழ் சினிமா ஜனரஞ்சக விஷயங்களில் சமரசம் செய்து கொள்கிறது. யோசித்துப் பாருங்கள். இப்போது பால்ம் தோர் விருது வாங்கியிருக்கும் தீபன் இலங்கையில் நடந்த போரினால் அகதியாகப் பாரிஸுக்குப் போகும் மூன்று பேர்களைப் பற்றிய கதை. படத்தின் முக்கால்வாசிப் பகுதி தமிழ்தான் என்றாலும் இது Jacques Audiard என்ற ஃப்ரெஞ்ச் இயக்குனர் இயக்கிய ஃப்ரெஞ்சுப் படம். ஆக, ஈழத் தமிழர் பிரச்சினையைப் பற்றி ஒரு ஃப்ரெஞ்சுக்காரர் இயக்கிய படம் உலக அளவில் கவனத்தைப் பெறுகிறது. ஆனால் ஈழத் தமிழருக்காகக் கண்ணீர் வடித்துக் கொண்டிருக்கும் தமிழ்நாட்டில் அது பற்றி

உருப்படியாக ஒரு தமிழ்ப்படம் வந்ததில்லை. ஐரோப்பாவிலும் ஆஸ்திரேலியாவிலும் கனடாவிலும் வாழும் ஈழத் தமிழர்கள் கூட தங்கள் பிரச்சினையைப் பற்றி சர்வதேச அளவில் சொல்லத்தக்க ஒரு படத்தை இதுவரை எடுக்கவில்லை. காரணம் என்னவென்றால், நான் பலகாலமாகச் சொல்லி வருவதுதான். தமிழனின் கலாச்சார வறட்சி. தமிழருக்கு எது நல்ல சினிமா, எது நல்ல இலக்கியம், எது நல்ல இசை என்றே இன்னும் தெரியவில்லை. உதாரணமாக, பாலஸ்தீன விடுதலைப் போராட்டம் பற்றிய மிக நல்ல திரைப்படங்களும் இலக்கியமும் உள்ளன. லெபனான், அல்ஜீரியா என்று எந்த நாட்டை எடுத்துக் கொண்டாலும் அப்படியே. எங்கெல்லாம் மக்கள் அதிகார வர்க்கத்தினால் வேட்டையாடப்படுகிறார்களோ, எங்கெல்லாம் மக்கள் அதிகாரத்தை எதிர்த்துக் கிளர்ச்சியிலும் போராட்டத்திலும் ஈடுபடுகிறார்களோ அங்கெல்லாம் அது அவர்களின் கலையாக வெளிப்படுகிறது. ஆனால் ஈழப் போராட்டம் இங்கே அண்ணா சாலையில் ஒரு லஞ்ச் டைம் ஆர்ப்பாட்டமாகவும் மூன்று மணி நேர பீச் உண்ணாவிரதமாகவும் மட்டுமே மாறுகிறது. சினிமாவில் வெளிப்படுவதற்கு ஒரு ஃப்ரெஞ்ச் இயக்குனர் வர வேண்டியிருக்கிறது.

***

துருக்கிக்குப் பிறகு இப்போது தென்னமெரிக்க நாடான சீலே போகலாம் என்ற ஏற்பாட்டில் இருக்கிறேன். (சிலி என்பது தவறான உச்சரிப்பு) ஏன் சீலே? சுமார் முப்பது ஆண்டுகளாக தென்னமெரிக்க அரசியல், சினிமா, இலக்கியம் பற்றி எழுதிக் கொண்டிருக்கிறேன். நான் எழுதிய முதல் புத்தகமே லத்தீன் அமெரிக்க சினிமா என்பதுதான். 1985ஆம் ஆண்டு தில்லியில் நடந்த Focus on Latin America என்ற திரைப்பட விழாவில் நான் பார்த்த ஒரு முக்கியமான ஆவணப் படம் Patricio Guzman இயக்கிய Battle of Chile. 1975இல் துவங்கி 1979இல் முடிந்து வெளியான இந்தப் படம் சுமார் ஐந்து மணி நேரம் ஓடக் கூடியது. இந்தப் படத்தின் சில காட்சிகள் 30 ஆண்டுகள் சென்றும் என் ஞாபகத்தில் இன்னும் இருந்து கொண்டிருக்கின்றன.

1973 தேர்தலில் கிறிஸ்டியன் டெமாக்ரிட் என்ற பூர்ஷ்வாக்களின் கட்சி தோல்வியடைந்து டாக்டர் அயெந்தேவின் (Dr.Allende) பாப்புலர் யூனிட்டி என்ற கட்சி வெற்றி பெறுகிறது. ஆனால் பூர்ஷ்வாக்கள் அமெரிக்க அரசின் உதவியுடன் உள்நாட்டுக் குழப்பத்தை ஏற்படுத்துகின்றனர். தொழிற்சாலைகள் சிலவற்றைத் தேசியவுடமை ஆக்குகிறார் டாக்டர் அயெந்தே. உடனே சீலேயிலிருந்து இறக்குமதியை நிறுத்துகிறது அமெரிக்கா. அயெந்தேயை எதிர்த்து நாடு முழுவதிலும் லாரி முதலாளிகள் கால வரம்பற்ற வேலை நிறுத்தம் செய்கிறார்கள். இந்த வேலை நிறுத்தத்தை ஆதரித்து லாரி முதலாளிகளுக்கு ஐம்பது லட்சம்

டாலர்களை அளிக்கிறது அமெரிக்க அரசு. அயெந்தேயை ஆதரித்தும் எதிர்த்தும் ராணுவத்திலேயே இரண்டு பிரிவுகள் உருவாகின்றன. இது எல்லாவற்றையுமே இயக்குனர் Patricio Guzman படமாக்குகிறார்.

ராணுவத் தலைவரும் அயெந்தேவின் ஆதரவாளருமான ஜெனரல் ஷ்னீடர் சுட்டுக் கொல்லப்படுகிறார். அதைத் தொடர்ந்து அயெந்தேவின் ஆதரவாளர் ஒருவரும் கொல்லப்படுகிறார். பத்ரீஸியோ குஸ்மான் ஒரு இடதுசாரியாக இருந்தாலும் படத்தில் எந்தச் சார்புநிலையும் எடுப்பதில்லை. ஒரு தொழிலாளரைப் பேட்டி எடுக்கிறார். "எதிர்காலம் எப்படி இருக்கும் என்று நினைக்கிறீர்கள்?" "இருளாகத் தெரிகிறது" என்ற அதிர்ச்சியான பதிலைத் தருகிறார் தொழிலாளி. (தொழிலாளர் வர்க்கத்தின் ஆதரவாளரான அயெந்தேவின் ஆட்சியாக இருந்தாலும் அப்போதைய சீலேவின் அரசியல், சமூகச் சூழல் அப்படித்தான் இருந்தது.)

படத்தின் மிக முக்கியமான காட்சிகள்: படத்தின் ஒளிப்பதிவாளர் தன்னுடைய மரணத்தைத் தானே படம் எடுக்க நேர்ந்த ஒரு தருணம். ராணுவத்துக்கும் தொழிலாளர்களுக்கும் நடக்கும் மோதலைப் படமெடுத்துக் கொண்டிருக்கிறார் ஒளிப்பதிவாளர். அவரைப் பார்த்து ஒரு ராணுவ அதிகாரி (அயெந்தேவின் ஆட்சி நடந்து கொண்டிருந்தாலும் ராணுவம் அயெந்தேவுக்கு எதிராக இருக்கிறது), "படமெடுப்பதை நிறுத்து. இல்லாவிட்டால் சுட்டு விடுவேன்" என்கிறார். ராணுவ அதிகாரியின் பிஸ்டலையும் அதிகாரியின் முகத்தையும் நாம் பார்க்கிறோம். அப்படியானால் என்ன பொருள்? அதிகாரிக்கு நேர் எதிரே நிற்கிறார் ஒளிப்பதிவாளர். காட்சி நிற்பதில்லை. ஓடிக் கொண்டே இருக்கிறது. Out of focus ஆகாமல் கேமரா அந்த ராணுவ அதிகாரியின் முகத்தையே காண்பிக்கிறது. சில நொடிகளில் அந்த ஒளிப்பதிவாளர் சுடப்பட்டு இறப்பதை படத்திலிருந்து ஒரு குரல் நமக்கு அறிவிக்கிறது.

அயெந்தே தங்கியிருக்கும் அதிபர் மாளிகை – Moneda அரண்மனையின் மீது விமானங்கள் மூலம் குண்டுகள் வீசப்படுகின்றன. அரண்மனை தரைமட்டமாவதை நாம் காண்கிறோம். கவனம்... இதெல்லாம் நாம் அடிக்கடி பார்த்து ரசிக்கும் ஹாலிவுட் கற்பனைப் படம் அல்ல; நிஜத்தில் நடந்தது. இறுதிக் கட்டத்தில் ராணுவம் அயெந்தேவை சரணடையச் சொல்கிறது. அப்போது அவர் வானொலி மூலம் பேசுகிறார். ஒரு நிமிடம் அந்தக் காட்சியைக் கற்பனை செய்து பாருங்கள். அதிபர் மாளிகை மீது குண்டு மழை. கட்டிடங்கள் வெடித்துச் சிதறுகின்றன. வெளியே ராணுவ அதிகாரிகள் ஒலிபெருக்கியின் மூலம் அயெந்தேவை சரணடையச் சொல்லி கத்துகிறார்கள். இது எல்லாவற்றையும் அதிபர் அயெந்தேவின் அருகில் இருந்து ஒரு

ஒளிப்பதிவாளர் படமெடுத்துக் கொண்டிருக்கிறார். படம் ராணுவத்தின் இடத்திலிருந்து எடுக்கப்படவில்லை. அயெந்தேவின் அருகிலிருந்து எடுக்கப்படுகிறது. வானொலியில் பேசுகிறார் டாக்டர் அயெந்தே. “இதுவே நான் உங்களிடம் பேசக் கூடிய கடைசி சந்தர்ப்பமாக இருக்கும். நான் சரணடையப் போவதில்லை. நீங்கள் என் மீது வைத்த நம்பிக்கைக்காகவும் எனக்கு அளித்த ஆதரவுக்காகவும் நான் என் மரணம் வரை போராடுவேன். உங்களுக்குச் சொல்லிக் கொள்கிறேன். ஆயிரமாயிரம் சிலேயர்களின் மனதில் நாம் விதைத்த விதைகளை முற்றிலுமாக அழித்து விட முடியாது என்பதில் நான் மிக உறுதியாக இருக்கிறேன். வன்முறையினாலும் பலாத்காரத்தினாலும் சமூக மாற்றத்தை நிறுத்தி வைப்பது முடியாத காரியம். ஏனென்றால் வரலாறு நம்முடையது. அது மக்களால் உருவாக்கப்படுகிறது. Venceremos.” *(வென்ஸரேமோஸ் = வெற்றி நமதே.)*

டாக்டர் அயெந்தேவின் வீழ்ச்சிக்குப் பிறகு ராணுவத் தலைவர் பினோசெத் பதவிக்கு வருகிறார். ஒன்பது ஆண்டுகள் நீடித்தது அவரது சர்வாதிகார ஆட்சி. பினோசெத் பதவிக்கு வந்த நாள் செப்டம்பர் *11, 1973*. சரியாக *12* தினங்கள் கழித்து இறந்து போனார் சீலேயின் தேசியக் கவியாய்க் கொண்டாடப்பட்ட பாப்லோ நெரூதா.

***

ஜூலை *15, 1945*. ப்ரஸீலில் உள்ள சாவோ பாவ்லோ என்ற ஊரில் உள்ள Pacaembu கால்பந்தாட்ட மைதான அரங்கில் ஒரு லட்சம் பார்வையாளர்களின் முன்னே கவிதை வாசித்தார் பாப்லோ நெரூதா. அநேகமாக உலக வரலாற்றில் இவ்வளவு பெரிய கூட்டத்தில் கவிதை வாசித்த ஒரே கவி நெரூதாவாகத்தான் இருப்பார். என் சீலே பயணத்தில் அவர் வாழ்ந்த வால்பராய்ஸோ என்ற நகருக்கும் போய் வரத் திட்டமிட்டிருக்கிறேன். பினோசெத் மிக மூர்க்கமான கம்யூனிச எதிர்ப்பாளர். நெரூதா ஒரு கம்யூனிஸ்ட். டாக்டர் அயெந்தேவின் நண்பர். பதவிக்கு வந்ததுமே கம்யூனிஸ்டுகளையும் அயெந்தேவின் ஆதரவாளர்களையும் தீர்த்துக் கட்டிய பினோசெத் அதே வேகத்தோடு பாப்லோ நெரூதாவுக்கும் ரகசியமாக விஷம் வைத்துக் கொன்றார். நெரூதாவின் மரண ஊர்வலத்துக்கும் தடை விதித்தார் பினோசெத். ஆனால் அந்தத் தடையையும் மீறி ஆயிரக்கணக்கான மக்கள் நெரூதாவின் மரண ஊர்வலத்தில் கலந்து கொண்டார்கள்.

ஜூன் 18, 2015

25.) மதிப்பெண்ணுக்கு ஏன் இத்தனை மதிப்பு?

மே, ஜூன் முழுவதும் மாணவர்களின் மதிப்பெண்களைப் பற்றியே எல்லோரும் பேசிக் கவலைப்பட்டு வந்ததைக் கவனித்தேன். போட்டித் தேர்வில் மிக அதிக மதிப்பெண் வாங்கிய மாணவனைப் பெற்ற ஒரு தந்தை கூட மிகுந்த பதற்றத்தில் இருந்தார். ஆச்சரியத்துடன் என்னவென்று கேட்டேன். "பையனுக்கு சென்னை அல்லது மும்பை ஐ.ஐ.டி.யில் கிடைத்தால் நல்லது. கரக்பூரில் கிடைத்தால் அடிக்கடி பார்க்க முடியாதே?" என்று கவலைப்பட்டார். பதில் ஒன்றும் சொல்லவில்லை. பத்திரிகைகளிலும் இதே விஷயம்தான். யார் முதல் மதிப்பெண், பெண்களில் எத்தனை சதவிகிதம், ஆண்களில் எத்தனை சதவிகிதம், இன்னபிற. வீசும் காற்றே மதிப்பெண் மயமாகி விட்டது போன்ற ஒரு தோற்றம்! நிறைய மதிப்பெண் வாங்கிய பையன் ஒருவனும் எதையோ பறி கொடுத்தவனைப் போல் இருந்தான். என்ன விஷயம் என்று கேட்டால், அவனைப் பார்க்கும் அத்தனை பேரும் எத்தனை மதிப்பெண் என்றே கேட்டு மனஉளைச்சல் தருகிறார்களாம். பேசுவதற்கு இதைத் தவிர வேறு விஷயமே இல்லையா என்று கோபத்துடன் கேட்டான். இந்த நிலையில் குறைவான மதிப்பெண் வாங்கிய மாணவர்களின் கதியைக் கொஞ்சம் யோசித்துப் பாருங்கள். மதிப்பெண் மட்டுமே ஒரு மாணவனின் அறிவுத் திறனுக்கு சாட்சியாக உள்ளது என்று நினைக்கும் மூட சமூகத்தை எண்ணி மிக வருந்தினேன். இதுவரை நான் யாரிடமும் மதிப்பெண் பற்றிக் கேட்டதோ பேசியதோ இல்லை, என் மகன் உட்பட. அதனால் என் மகன் ஒன்றும் உருப்படாமல் போய் விடவில்லை. நன்றாகத்தான் இருக்கிறான்.

என்னுடைய வருத்தம் என்னவென்றால், மதிப்பெண்ணுக்கு இவ்வளவு மதிப்புத் தரும் இந்த சமூகத்தில் முப்பது வயதைத் தாண்டிய

ஒருவர் கூட 'மகிழ்ச்சியாக இருக்கிறேன்' என்று சொல்லி இதுவரை நான் கேட்டதில்லை. போகட்டும். நன்றாக மதிப்பெண் பெற்று மேற்படிப்பு செல்லும் மாணவர்களின் நிலையை சமீபத்தில் அறிந்து கொள்ள நேர்ந்தது. குறிப்பாக, எம்.ஃபில்., பிஹெச்.டி. போன்ற ஆய்வுப் படிப்புகளை மேற்கொள்ளும் மாணவர்கள் தங்களுக்குக் கைடாக இருக்கும் ஆசிரியர்களுக்குக் கொத்தடிமைகளாக இருக்க வேண்டியிருக்கிறது. நூற்றுக்குத் தொண்ணூற்றைம்பது மாணவர்கள் இப்படித்தான் சொல்கிறார்கள். கைட் பேராசிரியர் பெண்ணாக இருந்து நீங்களும் மாணவியாக அவரிடம் ஆய்வுக்குச் சேர்ந்தாலும் ஆபத்துதான். எப்படியென்றால், மாலை ஆறு மணிக்கு வீட்டுக்கு வரச் சொல்லி வகுப்பு எடுப்பார்கள். பேராசிரியரின் புத்தகங்களைத் தூசி தட்டி வைப்பது போன்ற சொந்த வேலையையெல்லாம் செய்யச் சொல்வார்கள். டிபார்ட்மெண்ட் நூலகத்தையும் தூசி தட்ட வேண்டுமாம். கக்கூஸ் கழுவுவதைத் தவிர மற்ற எல்லா வேலையும் கொடுப்பார்கள் என்றார்கள் மாணவிகள்.

சரி, ஆண் பேராசிரியர்களிடம் ஆய்வுக்குச் சென்றால்? செல்வது ஆணாக இருந்தால் அவனுக்கு எடுபிடி வேலை. பெண்ணாக இருந்தால் 'அந்த விஷயத்துக்கு' ஆமாம் சொல்ல வேண்டும். ஒருவரும் நேரடியாகக் கேட்க மாட்டார்கள். போலீஸ் அது இது என்று பிரச்சினையாகி விடும். சூசகமாக உணர்த்துவார்கள். புரிந்து கொள்ள வேண்டும்; படிய வேண்டும். இல்லாவிட்டால், கண்ணில் விரலை விட்டு ஆட்டி விடுவார்கள். எல்லாவிதமான சித்ரவதைகளும் நடக்கும். உதாரணமாக, ஒரு மாதம் நீங்கள் இரவு பகலாகக் கண் விழித்து உழைத்து எழுதிக் கொண்டு போகும் நூறு பக்க ஆய்வுக் காகிதங்களையும் குப்பை என்று சொல்லிக் கிழித்துக் குப்பைக் கூடையில் போட்டு விடுவார் கைட். நீங்கள் மீண்டும் ஒரு மாதம் உழைக்க வேண்டும். இரண்டு ஆண்டுகள் இப்படி சித்ரவதைப் பட்ட ஒரு ஆய்வு மாணவி அந்த கைடை விட்டு விட்டு வேறு ஒரு கைடிடம் சென்றார். அதனால் அவருக்கு இரண்டு ஆண்டுகள் வீண்! அதிலும் மாணவப் பருவத்தில் இரண்டு ஆண்டுகள் என்றால் அது எப்பேர்ப்பட்ட இழப்பு! கைட் பேராசிரியருக்கு ஒத்துப் போகாததால் வாழ்க்கையையே தொலைத்தவர்களும் இருக்கிறார்கள். ஒரு கல்லூரியில் பேராசிரியையாக இருக்கும் ஒருவர் என்னிடம் சொன்ன சம்பவம்தான் நான் மேலே குறிப்பிட்டது. ஆனால் நம் நாடு ஏன் உருப்படாமல் போகிறது என்றால், சொன்னால் நம்ப மாட்டீர்கள். எவ்வளவோ சித்ரவதைகளை அனுபவித்து பிஹெச்.டி. செய்து டாக்டர் பட்டம் வாங்கிய அந்தப் பேராசிரியையிடம் ஆய்வு செய்யும் மாணவிகள் அவரைப் பற்றி ரத்தக் கண்ணீர் வடிக்கிறார்கள். பேராசிரியைக்குத் தன்னுடைய மாணவப் பருவத்தில் தன்னைத்

துன்புறுத்திய கைட் பற்றிய ஞாபகம் இல்லாமல் போய் விட்டது. இரண்டு ஆண்டுகளைத் தொலைத்து விட்டு கைடை மாற்றிய ஒருவர் தன்னிடம் வரும் மாணவிகளைக் கொடூரமாகத் துன்புறுத்துகிறார்!

இப்படிப்பட்ட சமூகத்தை உருவாக்கிக் கொண்டிருக்கும் நாம் ஏன் மே, ஜூன் மாதங்களில் அதிக மதிப்பெண் பெற்ற மாணவர்கள் பற்றி இவ்வளவு கூப்பாடு போடுகிறோம்?

ஒவ்வொரு துறையுமே இப்படித்தான் இருக்கிறது. மருத்துவத் துறை பற்றி என் நண்பர் டாக்டர் ஸ்ரீராம் சொன்னார். பட்டம் முடித்ததும் ஒரு மாதம் பிரசவ வார்டில் பணி புரிய வேண்டும். அந்த வார்டில் உள்ள தலைமை டாக்டர் பெண்ணாக இருந்தால், அதிலும் திருமணமாகாத பெண்ணாக இருந்தால், நரகத்தையே நேரில் பார்க்கலாம் என்றார் ஸ்ரீராம். முதல் நாள் இவர் பிரசவ வார்டுக்குப் போனதும் அங்கே இருந்த சீனியர் பெண் மருத்துவர் ஸ்ரீராமைப் பார்த்து வெளியே போய் தனக்குச் சாப்பாடு வாங்கி வரச் சொன்னாராம். ஸ்ரீராம் அதற்கு மறுத்து விட்டதால் அவருக்கு ஏகப்பட்ட டார்ச்சர்.

ஸ்ரீராம் சொன்ன இன்னொரு சம்பவம்: பதின்மூன்று வயதுப் பெண்ணை அழைத்துக் கொண்டு அவளுடைய பெற்றோர் அவரிடம் வந்திருக்கின்றனர். ஒரு மாதத்திற்கு முன்புதான் பெண் வயதுக்கு வந்திருக்கிறாள். அதிலிருந்து விட்டு விட்டு ஜுரம். மருந்து கொடுத்தார் ஸ்ரீராம். ஆனால் பிரச்சினை அதோடு முடியவில்லை. "நான் செத்துப் போய் விடுவேன் என்று அடிக்கடி சொல்கிறாள். சொல்லிச் சொல்லி நடுங்குகிறாள்" என்கிறார் பெண்ணின் தாய். ஏம்மா என்று சிறுமியை அன்புடன் விசாரிக்கிறார் ஸ்ரீராம். சிறுமியோ தன் பெற்றோரை அச்சத்துடன் பார்க்க, ஸ்ரீராம் அவர்கள் இருவரையும் வெளியே போகச் சொல்லி விட்டு சிறுமியிடம் கேட்கிறார்.

"ஏன் அப்படிச் சொல்கிறாய்? பயப்படாமல் என்னிடம் சொல்."

"பின்னே என்ன டாக்டர், உடம்பிலேர்ந்து ரத்தமா கொட்டினா சாக மாட்டமா?"

நடந்தது சென்னையில். தனியார் மருத்துவமனை அல்ல. அங்கே யாரும் இப்படிச் சொல்ல மாட்டார்கள். அங்கே வருபவர்கள் நடுத்தர வர்க்கம். ஸ்ரீராம் பணி புரிவது அரசு மருத்துவமனை. அந்தச் சிறுமியின் தந்தை கொத்துவேலை பார்ப்பவர். தாய், வீட்டு வேலை செய்கிறார். நடுத்தர வர்க்கத்திலும், மேட்டுக்குடியிலும் 13 வயதுப் பெண்கள் 40000 ரூபாய்க்கு ஆப்பிள் ஐபோனும் மடிக் கணினியும் வைத்திருக்கிறார்கள். கீழ்த்தட்டோ மேலே நான் சொன்னபடி வாழ்கிறது. எங்கே போய்க் கொண்டிருக்கிறது நம் சமூகம்?

***

ஒரு கல்லூரியில் நடந்த பட்டமளிப்பு விழாவுக்குச் சென்றிருந்தேன். பல்கலைக்கழகத் துணைவேந்தர் உரையாற்றினார். படிப்பறிவே இல்லாத ஒரு பாமர மனிதன் எப்படிப் பேசுவானோ அப்படிப் பேசினார் அந்தத் துணைவேந்தர். ஆங்கிலத்தைக் குத்திக் குதறிக் கொண்டிருந்தார். ஒரு வாக்கியத்தைக் கூட இலக்கணப் பிழையின்றிப் பேசத் தெரியவில்லை. பட்லர் இங்கிலீஷ் என்று சொல்வோமே, அப்படிப்பட்ட ஆங்கிலத்தில் ஒரு பாரம்பரியம் மிக்க பல்கலைக்கழகத்தின் துணைவேந்தர் ஒரு பாரம்பரியம் மிக்க கல்லூரி ஒன்றின் பட்டமளிப்பு விழாவில் பேசினார். தமாஷுக்காக வடிவேல் ஆங்கிலம் பேசுவாரே, அதை ஞாபகப்படுத்திக் கொள்ளுங்கள். துணைவேந்தர் என்பதால் யாரும் சிரிக்கவும் முடியவில்லை. சிரிப்பை அடக்க முடியாமல் பலரும் துன்பப்பட்டதைப் பார்த்தேன். இதைவிடக் கொடுமை என்னவென்றால், நடிகர் விக்ரமின் மகளும் அந்தக் கல்லூரியில்தான் படிக்கிறார். அதனால் விக்ரமும் மாணவிகளின் பெற்றோரோடு பெற்றோராக ஒரு வரிசையில் அமர்ந்திருந்தார். அவரைப் பார்த்து விட்ட துணைவேந்தர் மேடையிலிருந்து சீட்டி அடிக்காத குறை.

பிரின்ஸிபல், உதவி பிரின்ஸிபல் எல்லோரையும் Revered (மேன்மை தாங்கிய) என்று அழைத்துக் கொண்டு வந்தார் துணைவேந்தர். அவர்களெல்லாம் கன்னிகாஸ்த்ரீகள் என்பதால் Revered என்று அழைப்பதே மரபு. எல்லோரையும் ரெவெர்ட் என்று குறிப்பிட்ட துணைவேந்தர் நடிகர் விக்ரமையும் ரெவெர்ட் என்று அழைத்தார். அன்றைய பட்டமளிப்பு விழாவில் விக்ரம் ஒரு பார்வையாளர் மட்டுமே. அங்கே உள்ள ஆயிரம் மாணவிகளில் ஒரு மாணவியின் தந்தை. அவ்வளவுதான். அவரை ஏன் துணைவேந்தர் ரெவெர்ட் என்று அழைத்தார்? ஏன் பட்லர் இங்கிலீஷில் உளறினார்? காரணம், துணைவேந்தர் பதவி அரசியல்வாதிகளால் நியமனம் செய்யப்படுகிறது. ஆளும் கட்சிக்கு வேண்டியவர்களே துணைவேந்தர் பதவிக்கு வருகிறார்கள். கவனமாக வாசியுங்கள். ஆங்கிலத்தில் பேச முடியாததில் எந்தத் தவறும் இல்லை. ஆனால் ஒரு சான்றோர் சபையில் தமிழில் பேச வேண்டியதுதானே? தமிழ் என்ன கீழ் வர்க்கத்து மொழியா? சான்றோர் சபையில் பட்லர் இங்க்லீஷியில் உளறுவதை விட தாய்மொழியான தமிழில் பேசுவதற்கு என்ன கேடு? (ஆனால் தமிழில் பேசியிருந்தால் இன்னும் கொடுமையாக இருந்திருக்கும் என்றார் என் அருகில் இருந்த நண்பர். "அடுக்கு மொழி வசனத்தில் விக்ரமின் ஐ படத்தைப் பற்றி அள்ளி விட்டார் என்றால் யார் கேட்பது? ஏதோ இங்க்லீஷ் என்பதால் இத்தோடு போயிற்று!")

இப்படிப்பட்ட உளுத்துப் போன சமூகத்தில் வாழ்ந்து கொண்டு, இது பற்றிய பிரக்ஞை கூட இல்லாமல் மதிப்பெண் மதிப்பெண் என்று

அலறிக் கொண்டிருந்தால் என்ன அர்த்தம்? நல்ல குடிமகன்களை உருவாக்குங்கள். அதுதான் இப்போதைய அவசரத் தேவை. அதற்குச் செய்ய வேண்டியது என்னவென்றால் பள்ளிப் புத்தகங்களோடு இன்னபிற நூல்களையும் படிக்க வேண்டும்.

***

எங்கள் தெருவில் கடந்த வாரம் மட்டுமே இரண்டு பைக்குகள் திருடு போய் விட்டன. முன்பெல்லாம் போலீஸ் ரோந்து இருக்கும். இப்போது போலீஸ்காரர்கள் அனைவரும் கடற்கரை நெடுஞ்சாலை நெடுகிலும் இருபது அடிக்கு ஐந்து போலீஸ்காரர்கள் வீதம் நின்று கொண்டிருக்கிறார்கள். அந்த வழியாகத்தான் மந்திரிமார்களெல்லாம் போகிறார்களாம். பைக் திருட்டு தமிழ்நாடு முழுவதும் கனஜோராக நடந்து கொண்டிருக்கிறது. தன்னுடைய டிவிஎஸ் மோட்டார் சைக்கிளைத் திருடு கொடுத்த ஒரு நபர் வயிற்றெரிச்சல் தாங்காமல் ஒரு போர்டு வைத்திருக்கிறார். அதை வாட்ஸ் அப்பில் பார்த்தேன். அந்த போர்ட் வாசகம்:

இந்த No. (வண்டி நம்பர் கொடுக்கப்பட்டுள்ளது) உள்ள வண்டியை எடுத்தவர்கள் 10 நாட்களுக்குள் கொண்டு வந்து வைக்கவும். அப்படி இல்லை என்றால் வெட்டுவாகாளியம்மன் கோவிலில் போய் நான் மந்திரிச்சு விட்டு வந்து விடுவேன். பிறகு கை, கால் வெலங்காமல் போய் விடும். தொடர்புக்கு, செல் நம்பர் கொடுக்கப்பட்டுள்ளது. அன்னாரது பெயர், காந்தி ரோடு, ஆலங்குடி.

***

நான் அதிகம் மது அருந்துகிறேன்; அதிலிருந்து மீள என்ன வழி என்று கேட்டுள்ளார் வாசகர் ஒருவர். மிக எளிமையான பல வழிகள் உள்ளன. முதலில் உங்களால் மதுப் பழக்கத்தை நிறுத்த முடியும் என்று நம்புங்கள். கடவுள் நம்பிக்கை உள்ளவராக இருந்தால் கோவிலுக்குச் சென்று மதுவை நிறுத்துவதற்குரிய மனோதிடத்தை அளிக்கச் சொல்லி இறைவனிடம் பிரார்த்தனை செய்யுங்கள். வாரம் ஒருமுறை காலையில் வெறும் வயிற்றில் நிலவேம்புக் கஷாயம் அருந்துங்கள். தினந்தோறும் காலையில் சூரிய நமஸ்காரம் செய்யுங்கள். சூரிய நமஸ்காரம் செய்வது எப்படி என்று யூட்யூபிலேயே பார்த்துத் தெரிந்து கொள்ளலாம்.

ஜூன் 25, 2015

26.) இயக்குனர்களே, பொய் சொல்லாதீர்கள்!

மிகச் சிறந்த இயற்கை வளமும் மனித வளமும் கொண்டுள்ள இந்தியா ஏன் இந்த அளவுக்குப் பின் தங்கியிருக்கிறது என்ற கேள்வி நம் மனதில் அடிக்கடி எழுந்து கொண்டிருக்கிறது அல்லவா? அதற்கான ஒரு காரணத்தை சமீபத்தில் கண்டேன். நமக்கெல்லாம் அரசியல்வாதிகளின் ஊழல்தான் உடனடியாகக் கண்ணுக்குத் தெரிகிறது. ஊடகங்களும் அதற்குத்தான் முக்கியத்துவம் கொடுக்கின்றன. ஆனால் அதிகாரிகளின் ஊழல், பொறுப்பின்மை ஆகியவை பற்றி யாருக்கும் அதிகம் தெரிவதில்லை. அரசியல்வாதியையாவது ஐந்து வருடத்தில் மாற்றி விடலாம். ஆனால் அதிகாரிகளை யாரும் ஒன்றும் செய்ய முடிவதில்லை.

சமீபத்தில் சென்னையில் உள்ள தலைமைத் தபால் அலுவலகத்திற்குப் பென்ஷன் வாங்குவதற்காகச் சென்றிருந்தேன். அப்போது ஒரு அஞ் சல் ஊழியர் பலூன், ஹேர்பின், டீ கப், தட்டு, பிளாஸ்டிக் பேனா, ரப்பர் போன்ற பொருட்களை வைத்து விற்றுக் கொண்டிருந்தார். உற்றுக் கவனித்தேன். எதை எடுத்தாலும் பத்து ரூபாய் என்ற போர்டு இருக்கிறதா? இல்லை. அந்த அளவுக்கு நல்லது. 'ஆனால் இதெல்லாம் மெரினாவில் உள்ள ரோட்டோரக் கடையில் அல்லவா விற்பார்கள், இப்போது என்ன தபால் ஆபீஸில் விற்கிறார்கள்' என்ற அதிர்ச்சி மட்டும் நீங்கவில்லை. அந்த அஞ்சல் துறை ஊழியர் சொன்னதிலிருந்துதான் நம் நாடு ஏன் இந்த கதியில் இருக்கிறது என்பதைப் புரிந்து கொண்டேன். 30000 ரூபாய் சம்பளம் வாங்கும் அவர் மூன்று ரூபாய் பேனாவை விற்றுக் கொண்டிருக்கிறார். அது மட்டும் அல்ல; குடும்பக் கட்டுப்பாடு பலூனையும் விற்கச் சொன்னார்களாம். பெண் ஊழியர்களின் எதிர்ப்பின் காரணமாக

வெறும் பலூனோடு நின்று விட்டது விற்பனை.

தபால் நிலையத்துக்கும் பலூன், கிலுகிலுப்பை விற்பனைக்கும் என்ன சம்பந்தம்? 30000 ரூபாய் மாத ஊதியம் பெறும் அரசு ஊழியரை தபால் நிலையத்தின் உள்ளே இந்தப் பொருட்களையெல்லாம் விற்கச் செய்யும் யோசனை எந்த அதிகாரியின் மண்டையில் உதித்தது? எத்தனையோ அவசர ஜோலியில் அஞ்சல் நிலையத்துக்கு வரும் மக்களுக்கு பலூனும் கிலுகிலுப்பையும் வாங்குவதற்கா மனம் இருக்கும்? மெரினா பீச்சில் விற்கிறார்களே என்று இந்த ஏற்பாட்டுக்கு யோசனை சொன்ன அஞ்சல் துறை அதிகாரி கேட்க மாட்டார் என்று நம்புகிறேன். மெரினாவுக்கு வரும் மக்கள் கூட்டம் ஜாலியாகப் பொழுதுபோக்குவதற்காக வருகிறது. ஆனால் தபால் நிலையத்துக்கு வருபவர்கள் அப்படியா வருகிறார்கள்? தபால் நிலையமும் கடற்கரையும் ஒன்றா? பேனாவும் பேப்பரும் விற்பதைக் கூட புரிந்து கொள்ளலாம். டீ கப், தட்டு இதெல்லாம் எதற்கு? அதற்காக 30000 ரூ. சம்பளம் வாங்கும் ஒரு அரசு ஊழியரையா நியமிப்பது? இதை விட்டு விட்டு வெளியே போக எத்தனித்தால் அங்கே ஒரு ஏடிஎம். அஞ்சல் துறை ஏடிஎம். நாம் ஏன் அனாவசியமாக இத்தனை நேரம் க்யூவில் நின்றோம்; பேசாமல் இந்த ஏடிஎம்மில் எடுத்திருக்கலாமே? அதற்கு என் நண்பர் பதில் சொன்னார்.

“அதெல்லாம் முடியாது.”

“ஏன்?”

“அக்கவுண்டில் மினிமம் பேலன்ஸ் 5000 ரூ இருக்க வேண்டும்.”

‘ஆகா, போச்சு. என் கணக்கில் எப்போதுமே அம்பது ரூபாய்தான் இருக்கும்.’ நினைத்துக் கொண்டேன். ஏடிஎம்முக்கு வெளியே சீருடை அணிந்த ஒரு அஞ்சல் ஊழியர் ஆகாயத்தின் ஒரு திசையையே வெறித்து நோக்கியபடி நின்று கொண்டிருந்தார். அப்போது என் நண்பர், “இது ஒரு வெட்டிச் செலவு. ஒரு நாளைக்கு அஞ்சு பேர் வந்தால் பெரிசு; இதுக்கு ஒரு செக்யூரிட்டி வேற” என்றார்.

“யார் செக்யூரிட்டி?”

“இதோ இவர்தான்” என்று ஆகாயத்தை வெறித்து நோக்கியபடி நின்ற சீருடை அணிந்த அஞ்சல் ஊழியரைக் காண்பித்தார்.

“ஏன் அஞ்சு பேர்?”

“ஒரு முறை வேலை செய்யவில்லை என்றால் பிறகு யார் வருவார்? இங்கேயே நின்று பாருங்கள், எத்தனை பேர் வருகிறார்கள் என்று.” ஏடிஎம்மின் தலையில் வேலை நேரம் காலை ஒன்பது மணியிலிருந்து

மாலை ஐந்து மணி வரை என்று போட்டிருந்தது. யாரோ ஒரு அஞ்சல் துறை அதிகாரிக்கு இது போன்ற 'மக்கள் நலத் திட்டங்கள்' எல்லாம் தோன்றியிருக்கிறது. அதை தில்லிக்கு அனுப்பி நல்ல பெயர் வாங்கிக் கொண்டு ப்ரமோஷனில் போயிருப்பார். எல்லாம் நம்முடைய வரிப் பணம்!

***

எனக்கு *அங்காடித் தெரு, வழக்கு எண் 18/9* போன்ற மாற்று சினிமா என்றால் பயம். அது போலவே நினைத்து காக்கா முட்டையையும் பார்க்கவில்லை. ஆனால் ஒரு இலக்கியக் கூட்டத்தில் நண்பர் திருப்பூர் கிருஷ்ணன் *காக்கா முட்டை* பற்றி சிலாகித்துப் பேசினார். நண்பர்களும் சொன்னார்கள். அதனால் பார்க்க நினைத்த போது டிக்கட் கிடைக்கவில்லை. எல்லா தியேட்டரிலும் எல்லா காட்சிகளும் ஹவுஸ்ஃபுல். அப்புறம் படுதாவுக்குப் பக்கத்திலேயே கிடைத்த இருக்கையிலிருந்து படம் பார்த்தேன். *வீடு, சந்தியா ராகம், தலைமுறைகள்* போன்ற சர்வதேசத் தரம் வாய்ந்த படம் *காக்கா முட்டை* என்று தோன்றியது. ஏற்கனவே சர்வதேசத் திரைப்பட விழாக்களில் பாராட்டையும், விருதுகளையும் பெற்றுக் கொண்டிருக்கும் படம். இன்னும் பல விருதுகளும் கிடைக்கும். இத்தனை நாள் கதை கிடைக்கவில்லை என்று நம் இயக்குனர்கள் பொய் சொல்லிக் கொண்டிருந்தார்கள் என்பது தெளிவாகத் தெரிகிறது. சூப்பர் ஸ்டார் ரஜினிகாந்த் நடித்த படங்களே சமீபத்தில் ஒன்றுமில்லாமல் போய் விட்டன. ஆனால் 'ஒன்றுமே இல்லாத' இந்தப் படம் விருதுகளை மட்டும் அல்லாமல் மக்களின் ஏகோபித்த ஆதரவையும் பெற்றது எப்படி? ஹீரோ, ஹீரோயின், வில்லன், காமெடியன், குத்து டான்ஸ், ஃபைட் என்றெல்லாம் ஒரு புண்ணாக்கும் தேவையில்லை. படம் நம் வாழ்க்கையைப் பற்றிப் பேசினால் போதும் என்று நிரூபித்திருக்கிறார் மணிகண்டன். அதே சமயம் நம்முடைய புகழ்பெற்ற மாற்று சினிமாக்காரர்களும் ஒன்றைத் தெரிந்து கொள்ள வேண்டும். நாலு ஃபைட், குத்து டான்ஸ் போன்ற மசாலா ஐட்டங்கள் இல்லாமல் இருந்தாலே நல்ல படம் என்பதும் தவறு. படம் சுவாரசியமாகவும் இருக்க வேண்டும். அப்போதுதான் பண்டம் மக்களைப் போய்ச் சேரும்.

காக்கா முட்டை போன்ற ஒரு நல்ல படத்தை இப்போது இல்லாவிட்டாலும் இன்னும் சில ஆண்டுகளில் வேறு யாரேனும் எடுத்து விடக்கூடும். ஆனால் *காக்கா முட்டை* எனக்குப் பிடித்துப் போனதற்கு வேறோர் காரணம் இருக்கிறது. எனக்கு சுமார் நாற்பது ஆண்டுகளாக மனசுக்குள் ஒரு கேள்வி உண்டு; ஒரு துயரம் உண்டு.

என்னவென்றால், இந்தியா அளவுக்கு ஏற்றத்தாழ்வு உடைய நாடு உலகில் எங்கும் இல்லை. ஒருவருக்கு மாத ஊதியம் நாலு லட்சம். அவருக்கு அடுத்த தெருவில் வாழ்பவருக்கு மாத ஊதியம் நாலாயிரம். மலைக்கும் மடுவுக்குமான ஏற்றத்தாழ்வு.

சமீபத்தில் என் நண்பர் ஒருவர் தான் சென்று வந்த திருமணம் பற்றிக் கூறினார். புகைப்படம், விடியோ எல்லாம் காண்பித்தார். நரகலை மிதித்தது போல் உணர்ந்தேன். ஏனென்றால், அந்த அளவுக்குப் பணத்தின் ஆபாசமான வெளிப்பாடாக இருந்தது. அம்பானி போல் கோடீஸ்வரர் வீட்டுக் கல்யாணம் கூட இல்லை. ஏதோ சஞ்சய் லீலா பன்ஸாலியின் ஆடம்பரமான இந்தி சினிமாவைப் பார்ப்பது போல் இருந்தது. ஏனென்றால், உணவிலிருந்து நடை உடை பாவனை வரை வாழ்வின் எல்லாவற்றையும் சினிமாவிலிருந்தே பிரதி எடுத்து வாழும் மத்தியதர வர்க்கம். ஐம்பது லட்சம் ஆயிற்றாம். உணவுக்கே இருபது லட்சம். விருந்தில் நாற்பது பதார்த்தங்கள்! ஆனால் கீழ்த்தட்டு வர்க்கம் இங்கே சாக்கடைக்கு அருகே ஆஸ்பெஸ்டாஸ் ஷீட்டைப் போட்டுக் கொண்டு பத்தடிக்குப் பத்தடி என்ற இருட்டுப் பொந்தில் வாழ்ந்து கொண்டிருக்கிறது. இதற்காக ஒன்றும் தீப்பந்தம் ஏந்திப் புரட்சி செய்ய வேண்டாம். கேவலம், இது பற்றிய ஒரு பிரக்ஞை கூடவா இருக்காது?

சரி, சராசரி மனிதனை விடுங்கள். எழுத்தாளனுக்காவது இந்தப் பிரக்ஞை வேண்டாமா? யாராவது இது பற்றி எழுத மாட்டார்களா என்று 40 ஆண்டுகளாகத் தேடிக் கொண்டிருந்தேன். முதலில் எழுதியவர் அர்விந்த் அடிகா. அவருடைய *வெள்ளைப் புலி* என்ற நாவலில். அவரை விட இன்னும் இலக்கியத்தரமாக, இன்னும் வலுவாகத் தன்னுடைய *The Story of My Assassins* என்ற நாவலில் தருண் தேஜ்பால். இவர்களுக்குப் பிறகு இப்போதுதான் *காக்கா முட்டையில்* பார்க்கிறேன் அந்தக் கோபத்தை. அதற்காகத்தான் மணிகண்டனைப் பாராட்டத் தோன்றுகிறது. ஆனால் இதே பாணியில் நின்று விடாமல் வெவ்வேறு genreகளில் அவர் விளையாட வேண்டும் என்று கேட்டுக் கொள்கிறேன்.

படத்தில் எனக்குத் தெரிந்து இரண்டு பலவீனங்கள். ஒன்று, கதாநாயகியின் மேட்டுக்குடி முகத் தோற்றம்; உச்சரிப்பு. "ரேஷன்ல அரிசி ஸ்டாக் இல்ல" என்று அவர் சொல்லும் போது ஸ்டாக் என்பது அமெரிக்க உச்சரிப்பில் இருந்தது. இது பற்றி அராத்து எழுதியிருப்பது: "படத்தின் ஹீரோயின் செம. அவரின் உடைகளும் அவ்வப்போது வலிய பேசும் 'இப்ப இன்னாங்கறே' போன்ற வசனம் மட்டுமே குப்பத்துப் பெண் போல காட்டுகிறது. அவரின் உடல்மொழி,

முகபாவம், சிரிப்பு, பழகும் விதம் எல்லாம் பெசன்ட் நகரில் வசித்துக் கொண்டு, கலாக்ஷேத்ராவில் நடனமாடிவிட்டு, கோவாவிற்கு சார்ட்டட் ஃப்ளைட்டில் செல்லும் மென்மையான இதயம் படைத்த elite பெண்மணி போன்றே இருக்கிறது."

இன்னொரு பலவீனம், படத்தில் வரும் சேரியும் அதன் வாழ்க்கையும். சேரி வாழ்க்கை இன்னும் குரூரமானது. அவ்வளவு குரூரத்தையும் எதார்த்தமாகக் காண்பித்தால் இப்போது காக்கா முட்டைக்குக் கைதட்டிக் கொண்டிருக்கும் மிடில் க்ளாஸ் ரசிக்குமா என்ற கேள்வி எழுகிறது. இது குறித்து மனுஷ்ய புத்திரன் எழுதியிருந்ததை நாம் தவிர்க்க முடியாது. அது பற்றியும் இயக்குனர் மணிகண்டன் சிந்திக்க வேண்டும். பின்வருவது மனுஷ்ய புத்திரன்:

"காக்கா முட்டை தமிழ் சினிமா சூழலில் ஒரு நல்ல படம்தான். ஆனால் ஏழ்மையைப் பற்றிய நமது குற்ற உணர்வு மிகவும் பாசாங்கானது. அதுதான் ஏழைகள் ஒரு பீட்ஸாவைப் பார்த்து ஏங்கி ஏங்கிச் சாவார்கள் என்று நம்மை நம்ப வைக்கிறது. ஒரு பணக்காரப் பையன் அன்புடன் தரும் பீட்ஸாவைக்கூட உழைக்காமல் பெற்றுக் கொள்ள மாட்டர்கள் என்று நம்ப விரும்புகிறது. மொத்த சமூகமும் குறுக்கு வழியில் தனது ஆசைகளை நிறைவேற்றிக் கொள்ளத் தயாராக இருக்கும்போது ஏழைச் சிறுவர்கள் ஒரு பீட்ஸாவுக்காக நடையாய் நடந்து நிலக்கரி சேகரிப்பார்கள் என்று நம்மை மனம் நெகிழ வைக்கிறது. ஏனெனில் ஏழைகள் நேர்மையாகவும் நல்லவர்களாகவும் சுயமரியாதை உள்ளவர்களாகவும் இருந்தால்தானே நாம் எல்லாம் பயமில்லாமல் நிம்மதியாக உறங்க முடியும்.

"அந்தப் பாசாங்கான குற்ற உணர்வுதான் ஏழைச் சிறுவர்கள் ஆசைப்பட்ட பீட்ஸாவை கடைசியில் போராடிச் சாப்பிடும்போது 'நல்லாவே இல்லை' என்று பேசிக் கொள்கையில், மல்டிப்ளெக்ஸில் அதே பீட்ஸாவை சாப்பிட்டுக் கொண்டே தியேட்டர் அதிரக் கைதட்ட வைக்கிறது. ஏழைகள் தங்களுக்கு ஒவ்வாத ஒன்றிற்குத்தான் கனவு காண்கிறார்கள்; பிடிக்காத ஒன்றிற்குத்தான் போராடுகிறார்கள் என்று நாம் சமாதானம் அடையும்போது ஏழைகளைப் பற்றிய நமது குற்ற உணர்விலிருந்து சற்றே விடுதலை கிடைக்கிறது."

ஜூலை 2, 2015

சாரு நிவேதிதா

18.12.1953இல் திருவாரூர் மாவட்டத்தில் திருத்துறைப்பூண்டிக்கு அருகில் உள்ள இடும்பாவனம் என்ற ஊரில் பிறந்தார். வளர்ந்ததும் பள்ளிப் படிப்பும் நாகூரில். கல்லூரிப் படிப்பு காரைக்கால், தஞ்சாவூர், திருச்சி. கல்லூரிப் படிப்பை முடிக்கவில்லை. சென்னையில் ஒரு ஆண்டு சிறைத்துறையில் எழுத்தர் பணி. 1978இலிருந்து 1990 வரை தில்லி நிர்வாகம் - சிவில் சப்ளைஸ் துறையில் ஸ்டெனோ. பின்னர் பனிரண்டு ஆண்டுகள் தமிழ்நாடு அஞ்சல் துறையில் பணி. 2002இலிருந்து முழுநேர எழுத்து.

இகனாமிக் டைம்ஸ் நாளிதழின் அகில இந்தியப் பதிப்பில், 2001 - 2010 என்ற பத்தாண்டுகளின் சாதனையாளர் பட்டியலில் தமிழகத்திலிருந்து இடம் பெற்ற இரண்டு பேர்களில் ஒருவர் சாரு நிவேதிதா.

இவரது நாவல் 'ஸீரோ டிகிரி' Jan Michalski சர்வதேசப் பரிசுக்குப் பரிந்துரைக்கப்பட்டது. ஹார்ப்பர் காலின்ஸ் தொகுத்த, இந்தியாவின் ஐம்பது முக்கிய புத்தகங்களில் ஒன்றாகவும் தேர்ந்தெடுக்கப்பட்டது.

ஆங்கிலப் பத்திரிகைகளில் இவர் எழுதும் கட்டுரைகள் சர்வதேச அளவில் கவனம் பெற்றவை. லண்டனிலிருந்து வெளியாகும் PS Publication-இன் Exotic Gothic தொகுதியில் இவரது Diabolically Yours என்ற பேய்க்கதை ஆங்கிலத்தில் வெளியாகி உள்ளது. தற்சமயம் லண்டனிலிருந்து வெளிவரும் ArtReview Asia என்ற பத்திரிகையில் தொடர் கட்டுரை எழுதி வருகிறார்.

இவரது எழுத்தை ஆங்கில விமர்சகர்கள் விளதிமீர் நபக்கோவ், வில்லியம் பர்ரோஸ், கேத்தி ஆக்கர் போன்ற எழுத்தாளர்களோடு ஒப்பிடுகிறார்கள். உலகின் முக்கியமான transgressive வகை எழுத்தாளர்களில் ஒருவராகக் கருதப்படுகிறார் சாரு நிவேதிதா. தற்போது சென்னையில் வசிக்கிறார்.

ஆசிரியரின் பிற நூல்கள்

நாவல்

1. எக்ஸிஸ்டென்ஷியலிஸமும் ஃபேன்சி பனியனும்
2. ஸீரோ டிகிரி
3. ராஸ லீலா
4. காமரூப கதைகள்
5. தேகம்
6. எக்ஸைல்

ஆங்கிலத்தில் கிடைக்கும் நூல்கள்

1. Zero Degree - Novel
2. Marginal Man - Novel
3. Morgue Keeper - Selected Short Stories
4. Unfaithfully Yours - Collection of Articles
5. Towards a Third Cinema
6. To Byzantium: A Turkey Travelogue

சிறுகதைத் தொகுப்பு

1. கர்னாடக முரசும் நவீன தமிழ் இலக்கியத்தின் மீதான ஓர் அமைப்பியல் ஆய்வும்
2. நேநோ
3. மதுமிதா சொன்ன பாம்பு கதைகள்
4. ஷேக்ஸ்பியரின் மின்னஞ்சல் முகவரி
5. ஊரின் மிக அழகான பெண் (மொழி பெயர்ப்புச் சிறுகதைகள்)
6. முத்துக்கள் பத்து (தேர்ந்தெடுத்த சிறுகதைகள்)
7. Diabolically Yours - Exotic Gothic Vol-2 இல் வெளிவந்த சிறுகதை

நாடகம்

ரெண்டாம் ஆட்டம்

கட்டுரைத் தொகுப்பு

1. கோணல் பக்கங்கள் - பாகம் 1
2. கோணல் பக்கங்கள் - பாகம் 2
3. கோணல் பக்கங்கள் - பாகம் 3
4. கலகம் காதல் இசை
5. வாழ்வது எப்படி?
6. எனக்குக் குழந்தைகளைப் பிடிக்காது
7. தீராக் காதலி
8. கனவுகளின் மொழிபெயர்ப்பாளன்
9. கடவுளும் நானும்
10. மூடுபனிச் சாலை

11. தப்புத் தாளங்கள்
12. வரம்பு மீறிய பிரதிகள்
13. தாந்தேயின் சிறுத்தை
14. கடவுளும் சைத்தானும்
15. கலையும் காமமும்
16. மலாவி என்றொரு தேசம்
17. கெட்ட வார்த்தை
18. மனம் கொத்திப் பறவை
19. எங்கே உன் கடவுள்?
20. கடைசிப் பக்கங்கள்
21. பழுப்பு நிறப் பக்கங்கள் (பாகம் - 1)
22. பழுப்பு நிறப் பக்கங்கள் (பாகம் - 2)
23. பழுப்பு நிறப் பக்கங்கள் (பாகம் - 3)
24. சரசம் சல்லாபம் சாமியார்
25. வேற்றுலகவாசியின் டயரிக் குறிப்புகள்
26. நிலவு தேயாத தேசம்
27. மழையா பெய்கிறது?
28. மெதூஸாவின் மதுக்கோப்பை
29. நாடோடியின் நாட்குறிப்புகள்
30. கனவு, கேப்பச்சினோ, கொஞ்சம் சாட்டிங்... - தொகுதி - 1
31. கனவு, கேப்பச்சினோ, கொஞ்சம் சாட்டிங்... - தொகுதி - 2
32. திசை அறியும் பறவைகள்

சினிமா

1. லத்தீன் அமெரிக்க சினிமா - ஓர் அறிமுகம்
2. சினிமா: அலைந்து திரிபவனின் அழகியல்
3. சினிமா சினிமா
4. நரகத்திலிருந்து ஒரு குரல்
5. கனவுகளின் நடனம்
6. ஒளியின் பெருஞ்சலனம்

கேள்வி - பதில்

1. அருகில் வராதே
2. அறம் பொருள் இன்பம்

நேர்காணல்

1. ஒழுங்கின்மையின் வெறியாட்டம்
2. இச்சைகளின் இருள்வெளி (நளினி ஜமீலாவுடன் ஒரு உரையாடல்)

இணையதளம்

www.charuonline.com
www.charunivedita.com

www.ingramcontent.com/pod-product-compliance
Lightning Source LLC
LaVergne TN
LVHW100401181026
850499LV00037B/548
9789388860062